GIẢNG GIẢI

CẢM ỨNG THIÊN

TẬP 7

GIẢNG GIẢI
CẢM ỨNG THIÊN - TẬP 7/8
HÒA THƯỢNG TỊNH KHÔNG
NGUYỄN MINH TIẾN Việt dịch

Copyright © 2019 by United Buddhist Publisher (UBP)
ISBN-13: 978-1-7975-8511-6
ISBN-10: 1-7975-8511-8

HÒA THƯỢNG TỊNH KHÔNG
NGUYỄN MINH TIẾN Việt dịch

GIẢNG GIẢI
CẢM ỨNG THIÊN

TẬP 7 (TRỌN BỘ 8 TẬP)

NHÀ XUẤT BẢN LIÊN PHẬT HỘI
UNITED BUDDHIST PUBLISHER - UBP

NỘI DUNG

Bài giảng thứ 145

(Giảng ngày 22 tháng 12 năm 1999 tại Tịnh Tông Học Hội Singapore, file thứ 146, số hồ sơ: 19-012-0146)

Thưa quý vị đồng học, cùng tất cả mọi người.

Tôi đã giảng đến đoạn thứ 80 trong *Cảm ứng thiên*. Đoạn này có bốn câu: *"Kiến tha vinh quý, nguyện tha lưu biếm. Kiến tha phú hữu, nguyện tha phá tán."* (Thấy người vinh hoa phú quý, mong cho người lưu lạc tù đày. Thấy người giàu có, mong cho người tan nhà nát cửa.)

Trong phần chú giải nói rất tường tận, nói rất rõ ràng, tôi cũng đã trình bày đơn giản qua một lần với quý vị. [Những điều trong] mấy câu này của đức Thái Thượng, có thể nói là từ xưa đến nay ở khắp mọi nơi đều dễ dàng tìm thấy. Quan niệm và hành vi như thế là từ trong tham lam, sân hận, si mê, ganh ghét, đố kỵ mà phát sinh, tạo thành tội nghiệp rất nặng nề nhưng tự bản thân mình hoàn toàn không biết.

Trong phần chú giải cho ta biết, đại ý là mỗi một con người trong cuộc đời, có được vinh hoa phú quý, hoàn toàn không phải chuyện ngẫu nhiên, đều là do trong đời quá khứ đã có gieo trồng, vun bồi [phước đức]. Ý nghĩa này trong sách *Liễu Phàm tứ huấn* đã giảng rộng hết sức rõ ràng thông suốt.

Cho nên, con người sinh đến thế gian này, chúng ta đã suy ngẫm việc này hay chưa, chúng ta vì sao sinh đến thế gian này? Chúng ta đến thế gian này để làm những việc gì? Một đời này trôi qua rồi, sau đó lại đi về đâu? Có thể nói, đây là vấn đề quan trọng của đời người. Người nào có thể suy ngẫm hiểu được những vấn đề này, ắt sẽ dần dần khai mở, giác ngộ. Chỉ cần trong tâm thường nhớ nghĩ đến những vấn đề này, nhà Phật gọi là *"nghi tình"*, thì mối nghi nhỏ ắt sẽ giác ngộ ở mức thấp, mối nghi lớn ắt sẽ được đại ngộ.

Chỉ cần thường nghĩ nhớ đến vấn đề, không cần thiết phải tìm cầu đáp án. Suy nghĩ tìm cầu đáp án thảy đều là vọng tưởng. Dần dà lâu ngày được ngộ nhập, hoát nhiên đại ngộ, quý vị liền hiểu được rõ ràng sáng tỏ.

Trong kinh điển đức Phật dạy rằng: *"Nhân sinh thù nghiệp."* (Đời người là đền trả nghiệp.) Câu này chúng ta vừa nghe qua thấy hết sức bi quan, thế nhưng đó là sự thật. Hồi năm 1977, tôi đến giảng kinh ở Hương Cảng, ngụ tại giảng đường Quang Minh của Lão pháp sư Thọ Dã. Trên đại điện giảng đường có treo một cặp câu đối. Câu trước viết:

"Phu thê thị duyên, hữu thiện duyên, hữu ác duyên, oan oan tương báo." *(Vợ chồng là duyên, duyên tốt, duyên xấu, có oán tìm nhau.)*

Câu sau viết:

"Nhi nữ thị trái, hữu thảo trái, hữu hoàn trái, vô trái bất lai." *(Con cái là nợ, nợ đòi, nợ trả, không nợ không đến.)*

Cặp câu đối này đã mô tả được hết đời người trong thế gian. Quan hệ giữa người với người là những gì? Là ân oán, là nợ nần. Nếu như không có ân oán, nợ nần, dù chạm mặt cũng không đến cùng nhau. Chúng ta mỗi ngày trên đường đi qua lại, nhìn thấy rất nhiều người, cũng không một ai chào hỏi ta, vì không có duyên [với nhau]. Những người cùng quý vị gặp mặt, cùng quý vị cười nói, gật đầu chào, đều là có duyên; có người trừng mắt nhìn quý vị, hoặc gặp quý vị không hoan hỷ, cũng đều là do duyên. Là duyên cạn cợt, nói chung một đời chỉ gặp nhau một lần, quay lại cũng không gặp được. Là duyên sâu nặng thì kết thành bằng hữu, hóa thành thân thích, thành người một nhà, cũng là chuyện nhân duyên như vậy. Cho nên, đức Phật dạy chúng ta: *"Đời người là đền trả nghiệp."* Trong đời quá khứ quý vị tạo nghiệp, đời này sinh ra để nhận quả báo. Đó là nói chúng sinh trong sáu đường luân hồi, không một chúng sinh nào né tránh được.

Chư Phật, Bồ Tát hiện thân thuyết pháp trong sáu đường, tùy loại chúng sinh mà hiện thân. Chúng sinh có sự chiêu cảm, chư Phật liền có sự ứng hiện. Chư Phật hiện thân thuyết pháp là làm những việc gì? Chính là giúp đỡ hỗ trợ chúng sinh giác ngộ. Giác ngộ rồi là tốt, đem hết thảy những duyên hiền thiện, duyên xấu ác của quý vị, hết thảy đều chuyển thành pháp duyên.

Cho nên, học Phật không phải việc gì khác hơn, chính là khai mở trí tuệ. Trí tuệ khai mở rồi thì biết rõ được phải làm sao để chuyển biến, chuyển thành pháp duyên thì mới có thể giải quyết được vấn đề. Vì thế, các bậc thánh hiền thế gian cũng như xuất thế gian đều dạy chúng ta phải tích lũy công đức, phải làm một sự cải thiện rốt ráo. Tiên sinh Viên Liễu Phàm là một tấm gương điển hình. Từ xưa đến nay, ở khắp mọi nơi, những tấm gương điển hình như vậy có rất nhiều, nhưng không có người viết ra, không lưu truyền rộng rãi. Nay tiên sinh Viên Liễu Phàm viết ra thành sách, người đời sau đọc được rất hoan hỷ, in ấn số lượng lớn, lưu truyền rộng rãi, nên chúng ta mới biết được sự việc như vậy. Thật ra thì những người giống như tiên sinh Viên Liễu Phàm, những người giác ngộ như vậy, sửa lỗi như vậy, thành tựu như vậy có rất nhiều. Chúng ta phải hiểu rõ, chúng ta phải học tập noi theo.

Vận mạng từ đâu mà có? Vận mạng là sự tạo tác của chính ta. Trong đời quá khứ tạo nghiệp lành, một đời này được hưởng phước. Trong đời quá khứ tạo nghiệp xấu ác, một đời này phải chịu khổ, chịu nạn. Không phải do người khác tạo ra cho ta, không phải Thượng đế tạo ra cho ta, cũng không phải Diêm vương tạo ra cho ta. Tự mình gieo nhân như thế nào thì trong đời này phải nhận quả báo như thế ấy. Đó gọi là: "Tự làm tự chịu."

Sáng tỏ được chân tướng sự thật này, bất kể là ta được hưởng phước cũng tốt, phải chịu tội cũng tốt, trong lòng luôn hết sức bình tĩnh, không oán trời trách người. Thấy người khác vinh hoa phú quý cũng không ham chuộng ưa muốn. Thấy người khác gặp khổ nạn thì tâm lân mẫn tự nhiên khởi sinh. Hiểu rằng hết thảy mọi việc đều là nhân trước quả sau, chúng ta liền biết được phải cải thiện như thế nào.

Nguyên tắc chung của sự cải thiện, Đức Phật dạy ta cương lĩnh chung là dứt ác tu thiện. Chư Phật, Bồ Tát cũng làm như vậy nhưng so với chúng ta thù thắng hơn, cao minh hơn nhiều. Các ngài có thể lìa hết thảy tướng mà dứt ác tu thiện. Chúng ta ngày nay dứt ác tu thiện thì làm được, nhưng lìa hết thảy tướng thì không làm được. Đức Phật đem lẽ nhân quả trong đó dạy cho chúng ta, nếu có thể lìa hết thảy tướng mà dứt ác tu thiện, quý vị liền chuyển phàm thành thánh, quý vị liền thành Bồ Tát, thành Phật. Không lìa hết thảy tướng, quý vị dứt ác tu thiện thì được quả báo trong sáu đường luân hồi. Nói cách khác [là nhận lãnh] những việc lành, dữ, tốt, xấu của phàm phu, không phải thánh nhân. Thánh nhân so với phàm phu khác biệt là ở chỗ có thể lìa hết thảy tướng hay không.

Việc này chúng ta có thể làm được hay không? Nói thật ra là có thể làm được, nhưng còn phải xem chúng ta tự mình có muốn làm hay không. Nếu thật muốn làm, chịu làm, không một việc gì là không làm được. [Nếu làm được,] đó là phúc lớn vô thượng, phước báo của người đời không sánh được, là Phật đạo rốt ráo viên mãn trong mười pháp giới. [Tốt đẹp như vậy,] con người vì sao không chịu học Phật? Vì sao không làm Phật? Vì sao cam tâm tình nguyện làm phàm phu trong sáu đường?

Phàm phu trong sáu đường rất khổ, ví như có tu tập được một chút phước báo, được một chút vinh hoa phú quý, quý vị được giàu sang, có được quyền lực, có được địa vị, thời gian cũng rất ngắn ngủi, thoạt có thoạt không, mà trong lúc hưởng thụ phú quý vinh hoa lại rất dễ dàng tạo nghiệp. Không hay không biết mà tạo thành nghiệp, là tạo những nghiệp gì? Đó là gây chướng ngại người khác, làm tổn hại người khác.

Như mỗi ngày ba bữa ăn, quý vị đều ăn thịt, đó là gây tổn hại chúng sinh. Động vật cũng là sinh mạng. Kinh Phật nói rất rõ: *"Người chết làm dê, dê chết làm người."* Người chết rồi đọa làm súc sinh.

Trước đây mấy tháng, nữ cư sĩ họ Tề ở núi Thiên Mục có kể cho chúng ta nghe một câu chuyện cũ, là chính bà ấy tai nghe mắt thấy, xảy ra ở địa phương của bà ấy, với người thân thích của bà ấy. Vào lúc chiều tối, có người trong làng kéo xe ra đi. Trên đường gặp năm người muốn ngồi xe kéo, hối thúc người kéo xe đi nhanh một chút đến thôn trang kia, có việc gấp, cả năm người. Người kéo xe muốn kiếm nhiều tiền, liền trả lời được, tôi sẽ đưa năm người đi, mỗi người hai mươi đồng, cả thảy năm người một trăm đồng nhân dân tệ. Sau đó liền đưa cả năm người đi. Họ đưa cho anh ấy một trăm đồng. Về nhà rồi hết sức mừng vui, kết quả nhìn lại hóa ra là tiền giấy vàng mã. Anh ấy cho rằng mình bị lừa gạt, cả đêm đó không ngủ được. Hôm sau trời còn chưa sáng, anh đã kéo xe đến chỗ hôm trước tìm người, muốn hỏi xem vì sao dùng tiền giấy vàng mã đưa cho mình. Đến gõ cửa nhà ấy, chủ nhà ra nói trong nhà không có ai đến cả. Người kéo xe nói, hôm qua tôi thấy rõ ràng năm người đều vào trong nhà này, sao có thể nói là không ai đến? Chủ nhà ngẩn người suy nghĩ rất lâu rồi nói, không có ai đến, quả thật là không có ai đến cả. Rồi ông lại nói, ngày hôm qua con lợn nái trong nhà tôi vừa sinh được năm con lợn con. Người kéo xe lấy làm kỳ quái, liền nói để tôi đến xem sao. Anh nói, ngày hôm qua người đưa tiền cho tôi đội trên đầu chiếc mũ trắng. Khi đến xem qua năm con lợn con, quả nhiên có một con trên đầu có mấy chòm lông trắng. [Người kéo xe nghĩ, hóa ra] tối qua ta đã gặp quỷ đi đầu thai.

Người chết biến thành lợn, người ăn thịt lợn, tương lai rồi tự mình cũng biến thành lợn, bị người khác ăn thịt. Đó là câu chuyện gần đây nhất.

Lại có vị đồng tu ở Thiên Tân, đến đây kể với tôi câu

chuyện người đầu thai làm chó. Ở Thiên Tân có một bà lão, đứa con trai chết được hai năm rồi, kết quả đầu thai làm con chó canh cửa ở một ngôi chùa. Đứa con báo mộng cho bà lão, bà tìm đến chùa nhìn thấy con chó. Con chó vừa nhìn thấy bà thì người với chó ôm nhau khóc ròng. Đó không phải chuyện mê tín, mà là sự thật hoàn toàn.

Cho nên, mỗi ngày đều ăn thịt là quý vị làm tổn hại chúng sinh, chính là tạo tội nghiệp. Lời này chúng ta không thể nói ra, nói ra thì người khác lại bảo ta là mê tín, họ không thích. Bình thường tôi không nói ra những lời này, nhưng tôi biết rất rõ ràng, rất sáng tỏ, động vật cũng là sinh mạng. Chúng ta trong quá khứ cũng từng là súc sinh, tương lai rồi cũng sẽ làm súc sinh. Chỉ cần quý vị chưa thoát ra khỏi sáu đường luân hồi, quý vị quyết định không thể tránh khỏi phải làm súc sinh, làm ngạ quỷ, đọa vào địa ngục. Không tránh được!

Trong kinh Địa Tạng Bồ Tát bản nguyện nói rất tường tận, chi tiết, rõ ràng. Người thông minh, có trí tuệ, đức Phật thường dạy: "Thân người khó được, Phật pháp khó được nghe." Chúng ta được thân người, được nghe Phật pháp là điều hy hữu không gì sánh bằng, quyết định ngay trong một đời này phải thực hiện được sự chuyển biến, phải khẳng định quyết tâm không tạo nghiệp trong sáu đường luân hồi.

Có biện pháp nào để thực hiện được mục đích đó hay không? Biện pháp thì khẳng định là có. Không chỉ đức Phật Thích-ca Mâu-ni đã dạy chúng ta, hết thảy chư Phật mười phương cũng đều khuyên chúng ta niệm Phật A-di-đà cầu sinh Tịnh độ, dùng pháp môn này thoát ra khỏi sáu đường luân hồi, bình an yên ổn. Đó gọi là: *"Muôn người tu, muôn người đến."* Thế nhưng đối với lý luận của pháp tu Tịnh độ quý vị phải thấu hiểu rõ ràng, nhận biết sáng tỏ thì mới không hoài nghi. Quý vị có sự hoài nghi thì không thể xây dựng niềm tin. Thấu hiểu rõ ràng, nhận biết sáng tỏ thì dứt lòng nghi, niềm tin liền khởi sinh.

Trong khoảng mười, hai mươi năm gần đây, chúng ta tự mình nhìn thấy những người vãng sinh, tự mình nghe biết chuyện vãng sinh thế giới Tây phương Cực Lạc, không sinh bệnh. Có người đứng vãng sinh, có người ngồi vãng sinh, trong lòng hoan hỷ mà ra đi, có rất nhiều người như vậy.

Gần đây nhất là sự vãng sinh của Lão cư sĩ Trần Quang Biệt, Lâm trưởng đạo tràng Cư Sĩ Lâm, các đồng tu tại nơi ấy đều thấy rõ. Ông là một Phật tử lớn tuổi, nhưng thực sự nghe kinh, đối với ý nghĩa vãng sinh trong Phật pháp thấu hiểu được rõ ràng chỉ trong vòng ba, bốn năm gần đây. Khi tôi giảng kinh ở đó, ông có bệnh, các băng ghi hình những buổi giảng kinh của tôi, ông đều mang hết về nhà, mỗi ngày mở ra xem đủ tám giờ. Ông xem như vậy trong bốn năm, lòng tin kiên định, muôn duyên đều buông xả, một lòng niệm Phật cầu sinh Tịnh độ.

Trước lúc vãng sinh ba tháng, ông đã biết trước ngày giờ. Ba tháng trước, người nhà của ông nhìn thấy ông cầm bút viết mấy chữ *"bát ngoạt sơ thất"* (mồng bảy tháng tám), viết đến mười mấy lần như vậy, người nhà đều không hiểu được là chuyện gì. Hóa ra ngày mồng bảy tháng tám là ngày ông vãng sinh, ba tháng trước đã biết rồi. Đến lúc ra đi, thần trí ông hết sức sáng suốt. Trước lúc ông đi hai ngày, tôi đến thăm ông, sáng suốt tỉnh táo. Đó là chính mắt tôi trông thấy. Các vị đồng học xuất gia chúng tôi luân phiên nhau đến trợ niệm.

Lúc quay về đạo tràng Cư Sĩ Lâm, những oan gia trái chủ của Trần lão cư sĩ đều theo pháp sư của chúng tôi đến đạo tràng Cư Sĩ Lâm. Những oán thân trái chủ ấy nhìn thấy lão cư sĩ vãng sinh thế giới Cực Lạc cho nên không báo oán, cũng không đòi nợ, hết thảy đều vui mừng hoan hỷ. Họ đến đạo tràng Cư Sĩ Lâm để làm gì? Để xin được quy y. Có oán thân trái chủ gá thân một vị đồng tu ở Cư Sĩ Lâm, là quỷ nương gá thân, nói ra rằng trong bọn họ không ít kẻ là oán thân trái chủ của lão Lâm trưởng, nhưng họ có ý tốt, không phải ác ý, cho nên thần hộ pháp giữ cửa mới để cho họ vào.

Bọn họ cùng theo đến với pháp sư, xin được quy y, cho nên chúng tôi làm lễ quy y cho bọn họ. Sau khi quy y rồi, họ lại xin được nghe kinh. Muốn nghe kinh, tôi giới thiệu họ lên giảng đường trên lầu năm, mỗi ngày đều có giảng kinh. Tôi bảo bọn họ lên lầu năm nghe kinh. Họ lại nói, trên lầu năm bên trong ánh sáng quá mạnh, họ ở đó nghe kinh rất khổ sở, xin được nghe nghe kinh ở lầu một, lầu hai của Cư Sĩ Lâm. Chúng ta hiện nay mở máy phát hình, suốt hai mươi bốn giờ trong ngày không gián đoạn, phát các băng ghi hình giảng kinh, đó là phát băng ghi hình cho những quỷ thần ấy nghe.

Cho nên, bà cư sĩ Đỗ bị quỷ nương gá thân, nói ra lời khuyên anh em trong nhà bà đều phải nghe kinh. Bà ấy nói: *"Quý vị không nghe kinh thì không bằng quỷ."* Quỷ còn xin được nghe kinh. Đó là chuyện gần đây nhất, không có điểm nào hư dối, không phải tô vẽ ra.

Vì thế, chúng ta nhất định phải hiểu rõ, phải sáng tỏ, suy ngẫm thông suốt rồi thì giác ngộ. Chúng ta trong đời này tận dụng thân thể quý báu, tu tích công đức chân thật của chính mình thì con đường tương lai của ta, những kiếp sống sau này của ta sẽ được sáng tỏ rõ ràng.

Trong bốn mươi năm qua, tôi nhìn thấy rất nhiều người vãng sinh. Đó không phải truyền thuyết, không phải ghi chép trong sách xưa, mà là chính mắt tôi trông thấy, chính tai tôi nghe biết, không một chút hư dối. Những người [vãng sinh] ấy đã chứng minh với ta rằng sự tu hành chứng quả là có thật, là sự thật. Chúng ta cần phải thực sự nỗ lực tu học. Hiện nay xã hội hỗn loạn, thời cuộc bất an, toàn thế giới đều như vậy, ta càng phải nỗ lực nhiều hơn.

Hôm nay thời gian đã hết, chúng ta giảng đến đây thôi.

Bài giảng thứ 146

(Giảng ngày 7 tháng 1 năm 2000 tại Tịnh Tông Học Hội Singapore, file thứ 147, số hồ sơ: 19-012-0147)

Thưa quý vị đồng học, cùng tất cả mọi người.

Mời xem *Cảm ứng thiên*, đoạn thứ 81. Đoạn này vẫn tiếp tục nói về các điều xấu ác ngấm ngầm, không nhìn thấy bên ngoài: *"Kiến tha sắc mỹ, khởi tâm tư chi."* (Thấy người có sắc đẹp, khởi lòng ham muốn tà vạy.)

Hiện tượng xấu ác này không chỉ là hết sức nghiêm trọng, mà trong xã hội hiện nay đã đến mức lan tràn khắp nơi. Cho nên, xã hội không yên ổn, biến động rối loạn thường xuyên. Truy cứu đến cội nguồn của những thiên tai, nhân họa thì điều này cũng có thể là một trong các tác nhân trọng yếu.

Người Trung quốc xưa thường nói: *"Vạn ác dâm vi thủ. Bách thiện hiếu vi tiên."* (Muôn việc xấu ác, dâm dục đứng đầu. Trăm điều hiền thiện, hiếu là trước nhất.) Cho nên, trong nền giáo dục của Trung quốc thời xưa, chúng ta xem thấy ở phần Nghi lễ của sách Lễ ký: *"Con trai, con gái từ năm tuổi [trở lên] không được nằm chung giường."* Con trai, con gái từ năm tuổi trở lên cũng không được ngồi gần nhau. Vì sao vậy? Vì phải ngăn ngừa ngay từ ban đầu. Ngày nay chúng ta đọc báo thấy những trường hợp con gái từ mười ba đến mười lăm tuổi mang thai rồi phá thai, khắp nơi đều có. Thật kinh khủng quá! Muốn cho xã hội này không biến động rối loạn, hầu như là chuyện không thể được.

Dân chủ, tự do, khai phóng, hậu quả là xã hội đại loạn, lòng người không an ổn. Người hiện nay đều cho rằng độc tài chuyên chế là không tốt. Các bậc vua chúa thời xưa có độc tài

"

chuyên chế hay không? Đọc kỹ trong lịch sử, khảo xét kỹ các điển chương, văn hiến, chế độ quy củ của thời xưa, chúng ta mới phát hiện rằng, người hiện đại cho rằng người xưa độc tài chuyên chế là một sự áp đặt hết sức không công bằng.

Các bậc vua chúa thời xưa không hề chuyên chế độc tài, họ thực sự có tâm từ, có lòng thương yêu, bảo vệ xã hội, suy nghĩ vì hạnh phúc của muôn dân. Nhưng khi họ thực hành những điều đó, mọi người cảm thấy gò bó, không được thoải mái. Sự không thoải mái đó chỉ là chuyện nhỏ, nhưng quý vị được sống đời yên ổn, hòa bình, phồn vinh, hưng vượng, đó là hạnh phúc lớn lao. Nói cách khác, hy sinh một chút tự do nhỏ nhoi mà đạt được sự tự do lớn lao; chịu đựng một chút hạn chế nhỏ nhặt mà đạt được niềm hạnh phúc lâu dài.

Chúng ta nhìn xem những gì hiện nay quý vị đạt được, nói thật ra là trong xã hội này, quý vị buông thả chạy theo mưu cầu danh văn lợi dưỡng, tiền tài, sắc đẹp, danh vọng, ăn uống, ngủ nghỉ. Những gì quý vị đạt được chỉ là chút lợi nhỏ nhoi, nhưng thân tâm quý vị đều không yên ổn, sống trong sự lo lắng sợ hãi, lại cũng làm cho cả xã hội này không được bình an, ổn định. Người người đều sống trong khổ nạn, quý vị suy ngẫm xem, chút dân chủ, tự do, khai phóng của quý vị đã phải trả ra một cái giá quá đắt, quá lớn.

Chúng ta suy ngẫm thật kỹ, chỗ được thật không bằng chỗ mất. Trong mười phần quý vị chỉ đạt được một, mất đi đến chín. Cho nên, chúng ta tỉnh tâm quan sát thật kỹ, phương thức của người xưa rất hữu lý. Người xưa bắt quý vị phải hy sinh nhẫn chịu một hai phần, nhưng hạnh phúc tốt đẹp mà quý vị nhận được là đến bảy tám phần. Ở đời, muốn làm [điều gì cho] được mười phần tốt đẹp hoàn toàn thì nhất định là không thể được. Theo tỷ lệ [được mất] mà tính toán thì năng lực con người mới có thể kiểm soát được [sự việc].

Ngày nay người ta không đọc sách thánh hiền, không biết

đến đạo lớn của thánh hiền, cho nên mới đem những lời răn dạy đầy trí tuệ, hết sức rốt ráo trọn vẹn của chư Phật, Bồ Tát ra đời mà cho là mê tín, mà cho là lạc hậu, là không hợp thời; đối với những điển chương, chế độ quy củ của các bậc thánh vương ngày xưa thì gọi là chuyên chế, gọi là độc tài.

Pháp luật mà chúng ta hiện nay xây dựng, những quy tắc điều lệ mà chúng ta chế định, ta cho là tiên tiến, là phù hợp với dân chủ, phù hợp với tinh thần khoa học. Thế nhưng hiệu quả thi hành thực tế đem so sánh đối chiếu với xã hội thời xưa thì khác biệt chênh lệch quá lớn. Nguyên nhân rốt cùng là tại đâu? Người xưa nói rằng, đó là do lỗi không đọc sách thánh hiền.

Trong phần chú giải của đoạn này có trích dẫn một đoạn kinh Phật, nói rất rõ ràng: *"Phật dạy, người ta sống ở đời, không tà niệm đến vợ con người khác, lòng không nghĩ chuyện sai trái tà vạy, nhờ đó được năm điều lành."* Các bậc đại thánh đại hiền trong thế gian cũng như xuất thế gian dạy bảo chúng ta đều không ngoài [nguyên tắc] *"trồng nhân lành được hưởng quả lành, gieo nhân ác nhận quả báo ác"*. Có thể tuân theo lời răn dạy của Phật, giữ giới *"không tà dâm"* trong năm giới, thực hiện *"không giết hại, không trộm cướp, không tà dâm"* trong mười nghiệp lành, đức Phật dạy rằng, người như vậy được năm quả lành.

Thứ nhất, quý vị có thể giữ được tiền tài, không bị mất mát.

Thứ hai, quý vị giữ đúng bổn phận, theo đúng quy củ, không lo sợ quan huyện. Ngày xưa, quan huyện là người nắm giữ pháp luật, cũng giống như tòa án ngày nay. Quý vị không phải sợ họ vì quý vị không vi phạm pháp luật.

Thứ ba, quý vị không sợ người khác. Tâm niệm, hành vi của quý vị quang minh chính đại, không làm bất kỳ điều gì phải che giấu người khác.

Đó là những điều lành ở thế gian, chúng ta gọi là hoa báo.

[Thứ tư là] quả báo của những người [làm thiện như thế nhưng] không học Phật, không cầu sinh Tịnh độ, đó là quả báo trong cõi trời người. Phật dạy [những người ấy] được sinh lên cõi trời. Sinh lên cõi trời được có vợ là ngọc nữ.

Thứ năm là sau khi từ cõi trời hạ sinh cõi người sẽ có được người vợ đoan chính hiền thục.

Phật dạy năm loại quả báo này, ba loại [đầu tiên] là phước báo hiện tại ở cõi người, hai loại sau là trong tương lai sau khi chết được sinh về cõi trời, hưởng phước cõi trời.

Đức Phật cũng dạy: *"Con người sống ở đời dâm dật, gian díu với vợ người khác, do đó chịu năm điều xấu ác."* Đó là khi quý vị phạm giới, làm điều xấu ác, quý vị phải nhận chịu năm quả báo xấu ác, cũng chia ra đời này và đời sau.

Thứ nhất, trong gia đình không được hòa thuận, thường mất mát tiền tài. Tài sản của quý vị bị mất mát, trong gia đình không hòa thuận, quả báo này thật rất đáng sợ. Ngạn ngữ có câu: *"Trong nhà hòa thuận, mọi sự đều hưng vượng."* Trong gia đình bất hòa, nhà ấy nhất định sẽ lụn bại, tiêu vong. Chúng ta quan sát kỹ trong xã hội hiện tại, phạm vào tội lỗi này khiến hôn nhân tan vỡ, ly hôn. Tỷ lệ ly hôn trong xã hội hiện nay rất cao. Những gia đình ly hôn đều tiêu tan mất mát. Nếu như người đã có vợ con thì như vậy là đối với vợ con không tròn trách nhiệm, gây tổn thương nghiêm trọng nhất cho vợ con, là sự đả kích nặng nề nhất. Tội lỗi này quả báo về sau thật khủng khiếp. Trong xã hội hiện nay không có ai giảng giải ý nghĩa này.

Đức Phật dạy quả báo xấu ác thứ hai, trong hiện tại nhìn bề ngoài không thấy được. Nếu là trước đây thì đó là quý vị phạm pháp, nhất định phải bị pháp luật phán xử, phải ngồi tù, bị giam cầm, còn bị trừng phạt. Hiện tại điều này so với pháp luật thời xưa không giống nhau. Tuy rằng hiện nay sự trừng phạt nghiêm trọng không giống ngày xưa, nhưng dù dương gian không trừng phạt quý vị, sự trừng phạt ở cõi âm còn nặng nề nghiêm khắc hơn nhiều.

Thứ ba là dối mình dối người, nên đối diện trước mọi người thì thân tâm đều không an ổn. Thế nhưng ngày nay việc này ngày càng xem nhẹ. Vì sao vậy? Vì da mặt người ta ngày càng dày hơn, [sự xấu hổ không còn]. Nói thật ra, con người thời trước vẫn còn có chút lương tâm, làm chuyện xấu xa thì trong lòng có sự bất an. Hiện nay không còn như vậy, lương tâm không còn nữa, cho nên người ta không còn biết thế nào là an ổn với không an ổn. Tham lam, sân hận, si mê đều đến mức cùng cực, thế nên quả báo trong tương lai nhất định so với thời xưa cũng tạo những nghiệp ác như thế phải nặng nề hơn gấp nhiều lần.

Thứ tư là quả báo đời sau, Phật dạy rằng sau khi chết phải vào địa ngục trong Thái sơn, chịu hình phạt thiêu nướng, sau ngàn muôn ức năm mới ra khỏi địa ngục.

Thứ năm là sau khi ra khỏi địa ngục phải đọa vào cảnh giới súc sinh. Trong cảnh giới súc sinh, quý vị biết rằng có rất nhiều loài vật làm việc dâm dật kể cả mẹ con với nhau, lại không có tiết độ. Đọa vào các loài như thế, Phật dạy rằng sự thê thảm, khổ sở của quả báo thật không thể nói hết.

Mắt thường của phàm phu không thấy được chân tướng của nhân duyên quả báo, nhưng thật ra thì những báo ứng nhân quả như thế đều là ngay trong hiện tiền.

Trong *Cảm ứng thiên*, phần chú giải của câu này đặc biệt rất dài, chúng ta mở ra thấy rất nhiều trang, nêu lên những sự tướng quả báo thuộc loại này trong lịch sử, mục đích không gì khác hơn là cảnh tỉnh chúng ta. Kẻ phàm phu nếu không được thấy những chuyện quả báo như vậy trong thực tế thì rất khó tin nhận. Trong sách này dẫn ra đến mấy mươi trường hợp điển hình, những điển hình của người xưa. Người hiện đại khi đọc những ghi chép của người xưa như vậy thì không tin, cho rằng đó chỉ là người xưa muốn khuyên người làm thiện [nên viết ra như thế], chưa hẳn đã là những chuyện có thật. Thế nhưng, người thông minh xem qua những ghi chép như vậy của người xưa, sau đó tỉnh táo quan sát hiện thực trong xã hội, so sánh đối chiếu đôi bên thì rõ biết sáng tỏ, mới biết những lời người xưa nói có thể tin được, chúng ta cần phải tin nhận, tự mình nỗ lực vươn lên.

Phật pháp nói tu hành, đây là việc lớn nhất trong sự tu hành. Đó là tu sửa cho chân chính tập khí ý niệm tham lam của chính mình, tu sửa cho chân chính những hành vi dâm dật của chính mình. Nói một cách hết sức thực tế là quý vị đạt được phương pháp để khỏe mạnh sống lâu. Mỗi cá nhân đều ưa thích bản thân mình được khỏe mạnh sống lâu. Nhân tố quan trọng nhất để được khỏe mạnh sống lâu là tâm địa thanh tịnh. Làm sao được thanh tịnh? Ít tham dục liền được thanh tịnh, dục vọng ít, dục vọng rất thấp. Trong các dục vọng thì sắc dục là trọng yếu, *"tài sắc danh thực thùy"* (tiền tài, sắc đẹp, danh vọng, ăn uống, ngủ nghỉ) đều phải giảm nhẹ, càng xem nhẹ càng tốt, càng ít càng tốt, như vậy thì thân tâm quý vị đều được lành mạnh.

Trong việc ăn uống, ăn chay được là tốt. Trong việc ăn chay, vì sao đức Thế Tôn dạy người mới học đạo phải tránh xa *"ngũ huân"* (năm món cay nồng)? Quý vị phải biết, năm món cay nồng này đều là rau cải thực vật. Chữ *"huân"* (葷) là bộ thảo đầu (⺾), nên *huân* không phải là thịt. Thịt gọi là *"tinh"* (腥). Nói *"huân tinh"* thì *huân* là năm loại trong rau cải, thực vật. Quý vị đồng tu học Phật đều biết, năm loại đó là hành, hẹ, kiệu, tỏi, tỏi tây (boa-rô), trong kinh Phật thường gọi là hưng cừ. Boa-rô ngày trước ở Trung quốc không có, ngày nay đã có, tức là tỏi tây.

Vì sao phải ngăn trừ năm loại này? Kinh Lăng Nghiêm nói rất rõ ràng, nêu nguyên nhân của sự việc, rằng năm loại rau này khi nấu chín rồi ăn vào khích động tâm tính, nếu ăn sống thì làm cho người bứt rứt, dễ nóng nảy. Đó là nguyên nhân không nên ăn. Cho nên, những món ăn nào có sự kích thích đối với sinh lý của chúng ta, quý vị thấy là đức Phật đều ngăn cấm. Thế nhưng, trên phương diện Trung y, [những thứ này nếu] dùng làm thuốc chữa bệnh thì có thể được. Nếu không phải làm thuốc chữa bệnhthì tốt nhất là cấm hẳn không được dùng. Đó là sự phòng ngừa từ đầu.

Đức Phật đối với những nhân duyên tăng trưởng sự xấu ác [của chúng ta] đều ngăn dứt hết, đó gọi là đại từ đại bi, không một điều gì là không suy nghĩ vì chúng sinh, hy vọng chúng sinh đều có thể được lợi ích chân thật, đều có được đời sống hạnh phúc mỹ mãn. Đó là sự răn dạy của bậc thánh hiền.

Bài giảng thứ 147

(Giảng ngày 8 tháng 1 năm 2000 tại Tịnh Tông Học Hội Singapore, file thứ 148, số hồ sơ: 19-012-0148)

Thưa quý vị đồng học, cùng tất cả mọi người.

Mời xem *Cảm ứng thiên*, đoạn thứ 82: *"Phụ tha hóa tài, nguyện tha thân tử. Can cầu bất toại, tiện sinh chú hận."* (Nợ người tiền bạc của cải, mong cho người chết đi. Thỉnh cầu nhờ cậy không được, liền sinh oán hận nguyền rủa.)

Đoạn này nêu ra hai việc. *"Phụ"* hàm ý là thiếu nợ, như thiếu tiền người khác không trả. Nói chung, mượn đồ dùng, vật dụng của người khác mà không có ý trả lại đều là rơi vào trường hợp này. Như vậy là thuộc về nghiệp trộm cắp. Nhà Phật nói về phạm vi của trộm cắp hết sức rộng khắp, nhưng theo các bậc cổ đức giảng giải thì điều giới trộm cướp gọi chung là *"không cho mà lấy"*. Ý nghĩa giảng giải như vậy hết sức trọn vẹn. Tất cả những vật có chủ, bất kể là quý vị dùng thủ đoạn nào để giữ lấy khi chủ nhân không hề có ý biếu tặng cho quý vị, khi lấy được rồi đều gọi là trộm cắp. Hết thảy những việc như vậy đều thuộc phạm vi của điều giới này.

Chúng ta tìm đến người khác vay mượn các thứ, mượn tiền cũng vậy, mượn vật dụng cũng vậy, đó là chủ nhân đồng ý cho ta mượn, không phải biếu tặng luôn cho ta. Đã là cho mượn thì tương lai nhất định phải hoàn trả lại. Nếu như khởi tâm không muốn trả lại thì đó là tâm trộm cắp, cũng là phạm vào tội trộm cắp.

Nếu như đã mượn tiền bạc, vật dụng của người khác không muốn trả, lại cầu mong cho người ấy sớm chết đi thì tội này còn nặng hơn rất nhiều. Kinh Phật dạy rằng, người khởi tâm như vậy đã là súc sinh rồi, quả báo đời sau ắt phải đọa vào đường ác. Cho nên, tầm nhìn của người đời rất thiển cận, chỉ thấy được chút lợi nhỏ trước mắt, không biết được khổ nạn về sau không cùng tận.

Đọa vào cõi súc sinh rất dễ dàng, muốn từ cõi súc sinh trở lại làm người rất khó. Nguyên nhân tại đâu? Kinh Phật dạy rằng, nghiệp nhân dẫn đến đọa vào cõi súc sinh tuy hết sức phức tạp, có rất nhiều nguyên nhân, nhưng trong đó nguyên nhân quan trọng nhất là ngu si. Quý vị nghĩ xem, thiếu nợ tiền bạc, vật dụng của người khác không muốn trả, tâm niệm như vậy là rất ngu si, lại còn cầu mong cho người ấy chết đi, đó thật là ngu si đến mức cùng cực. Cho nên đọa vào cõi súc sinh, vì sự ngu si của súc sinh nếu so với con người thì thật là ngu si hơn gấp nhiều lần.

Động vật càng ở bậc thấp thì càng ngu si nặng nề hơn. Trong kinh Phật chúng ta đọc thấy một câu chuyện xưa. Vào thời đức Phật Thích-ca Mâu-ni còn tại thế, ngài đang ở vườn Kỳ thọ Cấp-cô-độc. Tinh xá khi ấy sửa chữa phòng ốc, đức Phật đang ở cùng một số đệ tử, nhìn xuống đất thấy một ổ kiến. Đức Phật nhìn thấy ổ kiến thì mỉm cười. Các vị đệ tử chung quanh nhìn thấy Phật mỉm cười với ổ kiến, liền thưa hỏi vì sao Phật mỉm cười khi thấy những con kiến này? Đức Phật bảo mọi người, ổ kiến này trải qua bảy vị Phật ra đời rồi, nay vẫn còn chưa thoát thân kiến. Như vậy chẳng phải quá lâu rồi sao! Một vị Phật [ra đời] là ba a-tăng-kỳ kiếp, bảy vị Phật [ra đời] là hai mươi mốt a-tăng-kỳ kiếp, những con kiến này vẫn chưa thoát được thân kiến. Không phải là tuổi thọ của chúng lâu dài, mà vì kiến sau khi chết lại sinh làm thân kiến. Ý nghĩa này chúng ta có thể hiểu được, nguyên nhân vì sao? Vì quá bám chấp. Chúng bám chấp vào thân [kiến] này là chính mình, cho nên vĩnh viễn không thể chuyển đổi sang một thân thể khác. Bám chấp hang ổ này là nhà của mình, cho nên vĩnh viễn không lìa xa được chỗ này.

Sau khi chết đầu thai, vẫn đầu thai làm thân kiến. Đó quả là ngu si đến mức cùng cực.

Vì thế, trong hết thảy các kinh luận Đại, Tiểu thừa, chúng ta phải thể hội được, phải biết được đức Phật từ tâm khó nhọc, luôn dạy bảo chúng ta rằng ba đường ác dễ vào khó ra, đó là chân tướng sự thật. Ba đường ác hết sức dễ rơi vào. Nghiệp nhân đọa vào ba đường ác chính là tham lam, sân hận, si mê. Vì thế đức Phật dạy ta tu tập giới, định, tuệ: *"Cần tu giới định tuệ, tức diệt tham sân si."* (Siêng tu giới định tuệ, trừ dứt tham sân si.) Mục đích là gì? Là để không đọa vào ba đường ác.

Cho nên con người phải giữ lấy bổn phận của mình, giữ lấy căn bản làm người. Căn bản làm người là gì? Trong nhà Phật là giữ theo năm giới, theo Nho gia là *ngũ thường.* Ngũ thường là *nhân, nghĩa, lễ, trí, tín.* Đó là điều kiện căn bản trong đạo làm người. Nếu chúng ta đánh mất đi những điều kiện căn bản ấy, đời sau nhất định không thể được thân người. Quý vị cần phải hiểu rõ, chúng ta trong đời này có thể được thân người, đó là trong đời quá khứ đã từng tu tập những điều kiện ấy.

Đời này gặp được đủ duyên, cha mẹ với ta có duyên. Cha mẹ là thuộc về tăng thượng duyên, còn thực sự được sinh vào cõi người chính là nghiệp nhân từ trong quá khứ. Nghiệp nhân tu tập năm giới, mười nghiệp lành, cho nên mới được sinh vào cõi người, đúng vậy không sai.

Thế nhưng chúng ta lần này sinh vào cõi người cũng có điều khá là bất hạnh. Nguyên nhân là gì? Là hoàn cảnh xã hội không tốt, không có người dạy bảo ta. Quý vị đọc sách *Lễ ký tinh hoa lục* thì có thể biết được những điều xác thực vào thời xưa. Theo cách nhìn của giới học thuật hiện đại thì sách *Lễ ký* là một loại tạp chí, một tạp chí của thời xưa, trong đó có đủ những điều rất nhỏ nhặt về nhiều lãnh vực, rất nhiều.

Quả là một tạp chí hết sức giá trị. Trong sách này, chúng ta có thể thấy được những trạng huống trong đời sống, những chế độ quy củ, văn minh văn hiến của người xưa.

Quý vị thấy người xưa hết sức xem trọng việc giáo dục, đặc biệt là giáo dục trong gia đình. Mặc dù người thời xưa cơ hội được học tập rất ít hơn [so với ngày nay], có rất nhiều bậc cha mẹ không biết đọc chữ, thế nhưng họ nhận được sự giáo dục đào luyện, huân tập từ thế hệ đi trước, nên họ rõ biết đạo lý làm người, họ rõ biết việc phải nêu gương tốt cho con cái. Những lời răn dạy của thánh hiền về *ngũ luân, ngũ thường* họ đều hiểu rõ. *Ngũ luân* là nói về quan hệ giữa người với người,[1] quý vị nhất định phải nhận thức thật rõ ràng. *Ngũ thường* là những đạo lý căn bản trong đạo làm người.

Thứ nhất là *"nhân"* (lòng nhân ái), [gồm những điều như] *"suy kỷ cập nhân"* (suy lòng mình hiểu lòng người), *"kỷ sở bất dục vật thi ư nhân"* (điều mình không muốn, đừng làm với người khác), là những điều mà người thất học cũng có thể hiểu được, cũng có thể ghi nhớ làm theo được. Đối đãi với bất kỳ hạng người nào, cần phải đặt mình vào địa vị của họ để suy nghĩ. Ta đối đãi với người khác như vậy, họ có vui lòng tiếp nhận hay không? Người ta không thể chấp nhận thì ta không thể làm. Người khác đối với ta như thế ta không thể chấp nhận, vậy ta không thể đem tâm ý giống như vậy mà đối đãi với người khác.

"Nghĩa" là vì xã hội, vì người khác phục vụ, không mong cầu sự báo đáp. Chúng ta ngày nay gọi là *"làm hết nghĩa vụ"*. Đạo trường này của chúng ta có rất nhiều người tình nguyện đến làm công quả, phục vụ đạo trường, vì mọi người phục vụ, không mong cầu báo đáp.

---

[1] Nho gia nêu ra các mối quan hệ chính giữa người với người gồm năm loại chính là: quân thần (quan hệ vua tôi), phụ tử (quan hệ cha mẹ với con cái), huynh đệ (quan hệ giữa anh chị em), phu phụ (quan hệ vợ chồng), bằng hữu (quan hệ bạn bè).

"*Lễ*" là có sự hạn lượng, có tiết độ, kiềm chế, khiêm tốn hạ mình mà tôn trọng người khác.

"*Trí*", ngày nay gọi là lý trí, tức không thuộc cảm tình. Trong cảm tình thì có rất nhiều lầm lỗi, nên nói chung phục vụ người khác phải có lý tính.

Cuối cùng là "*tín*", người không có chữ tín thì không thành người.

Đó là đạo lý làm người mà các bậc hiền thánh xưa của Trung quốc đã chỉ dạy. Năm chữ này đều phải ghi nhớ làm theo. Cho nên, vào thời xưa bất kể là người có học hay thất học, dù biết đọc chữ hay mù chữ, hết thảy đều rõ biết những đạo lý này, hơn nữa đều có thể vâng làm theo, cho nên xã hội được bình an ổn định.

Hiện tại khoa học kỹ thuật phát triển mạnh, văn minh vật chất có sự tiến bộ rất lớn, thế nhưng con người không biết đến quan hệ giữa người với người, đạo đức lại càng xem nhẹ, bỏ qua, thậm chí hoàn toàn quên mất hết. Đặc biệt là trong xã hội hiện tại đề xuất sự cạnh tranh. Một khi đã tranh nhau, *nhân, nghĩa, lễ, trí, tín* đều không còn nữa. Cho nên chúng ta sinh vào thời đại này là thời đại biến động, rối loạn. Người sau viết lại lịch sử về thời đại này phải mô tả là đời loạn. Con người không rõ biết được quan hệ giữa người với người, không biết đến đạo lý làm người.

Vì thế, ngày nay chúng ta đọc đến đoạn này [trong *Cảm ứng thiên*], có thể nói là [những điều] trong xã hội rất thường gặp, rất nhiều người đều mang tâm thái [sai lầm] như vậy. Chúng ta phải biết rằng, tâm thái như vậy [dẫn đến] những hậu quả [tai hại] thật không dám nghĩ. Mang tâm trộm cắp, người như vậy lẽ nào có thể phát tài? Lẽ nào có thể được sống hạnh phúc? Thật không thể có những việc như vậy.

Điều thứ hai [trong đoạn này] là: "*Can cầu bất toại, tiện*

sinh chú hận." (Thỉnh cầu nhờ cậy không được, liền sinh oán hận nguyền rủa.) Điều này ngày nay chúng ta rất thường gặp. Khi có việc đến nhờ cậy người khác giúp đỡ lo toan, người khác không thể thỏa mãn nhu cầu cần thiết của mình, liền sinh lòng oán hận. Trong phần chú giải chỉ ra rất rõ, tôi sẽ đọc qua đoạn này một lượt: *"Thỉnh cầu nhờ cậy là chỉ cho hết thảy mọi việc lớn nhỏ. Nói chung có sự thỉnh cầu, nhờ cậy vào người khác thì đều là trường hợp này."* Cho nên, phạm vi của sự việc này hết sức rộng khắp. *"Bất toại"* là không vừa ý. Quý vị thỉnh cầu người khác giúp đỡ, người ấy không thỏa mãn được nguyện vọng của quý vị, nhân đó lại nguyền rủa họ, oán hận họ, đó là tự mình tạo nghiệp.

Đoạn sau đó nói: *"Người quân tử hiểu rõ lý, hài lòng với vận mạng, lẽ nào lại chịu thỉnh cầu nhờ cậy người khác?"* Đó là người hiểu rõ lý lẽ. Người hiểu rõ lý lẽ trong đời, dù thực sự một đời mình có khốn cùng vất vả cùng cực, tự mình cũng hiểu rõ đó là tự làm tự chịu, cũng không cầu đến người khác, có thể an tâm tùy duyên, sống vui an ổn trong hoàn cảnh hiện tại của mình. Ví như có những lúc bất đắc dĩ phải nhờ cậy đến người khác, người ta chịu giúp đỡ thì hết sức cảm kích; người ta không chịu giúp đỡ thì đó là chuyện của họ, quyết định không thể [vì thế mà] khởi tâm oán hận.

Nếu như trong lòng có chút oán hận, người xưa gọi đó là tiểu nhân, không phải quân tử. Thế nào gọi là quân tử? Người hiểu rõ lý lẽ gọi là quân tử. Tiểu nhân là mê hoặc, điên đảo, không rõ đạo lý, làm sao có thể trách móc người khác? Người học Phật càng không thể có ý niệm như vậy. Nếu có ý niệm như vậy thì đó không phải là người học Phật. Người ấy đối với Phật pháp, đối với những lời răn dạy của Phật-đà, căn bản đã không hiểu được, nói chi đến chuyện thực hành. Những lời răn dạy mà Phật thuyết giảng, người ấy không hiểu được.

Chúng ta xem trong kinh điển thấy chư Phật, Bồ Tát dùng tâm thái như thế nào để đối đãi với kẻ xấu ác? Quý vị đều đã đọc qua kinh Kim Cang, trong kinh Kim Cang có một trường hợp điển hình, vua Ca-lợi cắt xẻo thân thể [vị tiên nhẫn nhục]. Trong kinh Kim Cang nói rất sơ lược đơn giản. Chuyện này được ghi chép tường tận chi tiết hơn trong kinh Đại Bát Niết-bàn. Vị tiên nhẫn nhục là tiền thân của đức Phật Thích-ca Mâu-ni. Lúc ấy ngài chưa thành Phật, còn đang trong quá trình tu học, tu pháp nhẫn nhục ba-la-mật, mọi người gọi ngài là tiên nhân nhẫn nhục. Vua Ca-lợi, Ca-lợi là [phiên âm] tiếng Phạn, dịch theo ý nghĩa sang tiếng Trung quốc là ông vua vô đạo, là bạo chúa, là kẻ ngang ngược không nói lý lẽ. Tiên nhân nhẫn nhục không có bất kỳ lỗi lầm gì, [vua] mang ra xử tử lăng trì. Tiên nhân đối với vua có lòng oán hận hay không? Không hề có. Chẳng những không oán hận mà hơn nữa còn hết sức cảm kích. Cảm kích điều gì? Cảm kích tâm thái [ngang ngược] như vậy của ông ta, tự thân mình nhẫn chịu được, đó là tướng trạng viên mãn của pháp nhẫn nhục ba-la-mật.

Chúng ta hiểu rõ rằng, nếu không có vua Ca-lợi với sự ngang ngược vô lý như vậy, tạo ra cho tiên nhân sự bức hiếp hủy nhục hết mức nghiêm trọng như vậy, thì làm sao biết được công phu nhẫn nhục của tiên nhân? Điều này cũng không khác gì khảo thí, tiên nhân có thể nhẫn chịu, không một mảy may oán hận, hơn nữa còn phát nguyện trong tương lai thành Phật sẽ độ cho vua là người trước nhất.

Vì thế, khi đức Thế Tôn thành Phật thì hóa độ trước nhất cho tôn giả Kiều-trần-như. Tôn giả Kiều-trần-như chính là vua Ca-lợi ngày trước, đức Phật Thích-ca Mâu-ni chính là tiên nhân nhẫn nhục. Lời nguyện của ngài đã thành hiện thực, sau khi thành Phật thì hóa độ trước nhất là vua Ca-lợi.

Cho nên bậc cổ đức dạy ta: *"Oán thù nên giải không nên*

kết." Người sống ở đời nhất định không nên kết oán thù với người khác. Kết oán thù với người khác là sai lầm. Người khác ví như đối với quý vị không vừa ý, ức hiếp quý vị, hủy báng quý vị, hãm hại quý vị, chúng ta là người học Phật phải biết rằng đó là nghiệp báo đã tạo trong quá khứ. Trong quá khứ tạo những nghiệp bất thiện, ngày nay chịu quả báo, phải hoan hỷ chấp nhận, tội báo trả xong hết, liền hóa giải, đó là chuyện tốt, không phải chuyện xấu. Nếu như khởi lên ý niệm bất bình, mối oán thù đó vẫn còn nguyên không được hóa giải. Không được hóa giải thì tương lai vẫn còn báo trả. Đó gọi là trả vay qua lại không bao giờ dứt. Điều này rất đáng sợ.

Chúng ta học Phật phải đạt được mức độ lợi ích thấp nhất. Mức lợi ích thấp nhất đó là ta phải hiểu rõ, hết thảy những gì bất như ý mà oán thân trái chủ mang đến cho ta đều hoan hỷ nhận lãnh, cung kính tán thán, liền trả dứt hết nợ, cũng thành tựu được hạnh nhẫn nhục của tự thân mình. Trong sáu pháp ba-la-mật, nhẫn nhục ba-la-mật phải tu tập ở đâu? Chính là trong những hoàn cảnh như vậy mà tu tập. Cho nên, những người ấy chính là bậc thầy dạy nhẫn nhục cho ta, là bậc thiện tri thức của ta trên đường tu nhẫn nhục ba-la-mật. Chúng ta cung kính, cảm kích họ còn chưa đủ, sao có thể khởi tâm mảy may oán hận? Đó là chúng ta đạt được lợi ích chân thật từ Phật pháp. Chúng ta nếu thấu hiểu rõ ràng, lý giải được, một đời này của chúng ta có thể sống trong sự biết ơn, sự nghiệp tu tập của ta sẽ không khó thành tựu.

Hôm nay thời gian đã hết, chúng ta giảng đến đây thôi.

Bài giảng thứ 148

(Giảng ngày 9 tháng 1 năm 2000 tại Tịnh Tông Học Hội Singapore, file thứ 149, số hồ sơ: 19-012-0149)

Thưa quý vị đồng học, cùng tất cả mọi người.

Mời xem *Cảm ứng thiên,* đoạn thứ 83: *"Kiến tha thất tiện, tiện thuyết tha quá. Kiến tha thể tướng bất cụ nhi tiếu chi. Kiến tha tài năng khả xưng nhi ức chi."* (Thấy người sa cơ thất thế liền nói lỗi người. Thấy người thân thể khuyết tật mà cười cợt. Thấy người có tài năng đáng ngợi khen lại chèn ép.)

Đoạn này trong phần chú giải nói rất rõ ràng, ý nghĩa đoạn này là như sau. *"Thất tiện"*, theo cách nói ngày nay là mắc lỗi, hoặc gặp phải lúc thất bại, rơi vào cảnh khốn cùng. Người đời vào những lúc ấy rất thường nêu ra đủ mọi sai lầm của họ.[1] Những sai lầm ấy đôi khi cũng thật có, nhưng đa số đều là từ chỗ không có mà dựng chuyện, là do đoán mò, do suy tưởng, hoàn toàn không có căn cứ sự thật. Đó là chuyện không có mà tưởng tượng ra, rất dễ dàng oan uổng cho người khác.

Trong phần chú giải có mấy câu nói lên sự thật: *"Chuyện trong thiên hạ, từ xưa nay đều dễ thất bại mà khó thành công."* Cho nên nói, việc tốt nhiều chướng ngại, thành tựu được hết sức không dễ dàng. Chúng ta quan sát kỹ trong xã hội này, thậm chí tự mình chú tâm suy ngẫm những điều mình gặp phải trong đời này, những việc có thể thành tựu, việc tốt, việc lợi ích xã hội, lợi ích chúng sinh, những việc

---

[1] Tục ngữ ta có câu: "Trâu chết lắm kẻ cầm dao." Chính là nói những trường hợp này. Khi một người đã sa cơ thất thế, rất nhiều người sẽ nhân cơ hội đó mà chỉ trích, phê phán, công kích họ.

quyết định không phải vì lợi ích riêng cho bản thân mình, những việc tốt đẹp như vậy có thể thành tựu được hay không? Cũng chưa hẳn đã luôn thành tựu.

Chúng ta biết vì sao như vậy, điều này tùy thuộc phước báo của chúng sinh. Chúng ta tự mình phát tâm vì chúng sinh phục vụ, vì chúng sinh làm một chút việc tốt, nhưng chúng sinh có phước báo hay không? Nếu chúng sinh không có phước báo thì sự phát tâm của ta, hành vi của ta rất dễ bị người khác phá hoại. Hiện nay là như vậy, trong quá khứ cũng là như vậy. Chúng ta xem lịch sử, trường hợp điển hình rõ ràng nhất trong lịch sử Trung quốc là Nhạc Phi đời Nam Tống. Ông tận trung với nước, đích thực là vì đất nước, vì dân tộc, vì muôn người, nhưng vẫn gặp nạn Tần Cối hãm hại, vua Cao Tông ra lệnh giết ông. Thế nhưng trong lịch sử, người đời sau vĩnh viễn nhớ đến ông. Đương thời ông không được hoàn thành ý nguyện. Đó là điển hình rõ rệt nhất cho thấy việc tốt nhiều chướng ngại.

Do đó có thể biết rằng, chúng ta muốn phát tâm, muốn vì xã hội, vì chúng sinh làm một chút việc tốt, nếu mong cho không gặp chướng ngại thì đó là điều không thể được. Chướng ngại từ đâu mà có? Nếu không vì nghiệp chướng của chính bản thân ta thì đó là vì chúng sinh không có phước báo lớn. Họ đang lúc phải gặp nạn, phải chịu tội, dù chư Phật, Bồ Tát thị hiện cũng không cứu được họ.

Những sự việc tương tự, giống như vậy, từ xưa đến nay ở khắp mọi nơi đều xảy ra rất nhiều, rất nhiều. Bậc chí sĩ nhân đức, có thể nói vào bất kỳ thời đại nào, bất kỳ địa phương nào cũng đều có. Thường thì đa số các vị ấy đều không được thành tựu chí nguyện. Những người không thành tựu chí nguyện như vậy đều vào núi rừng sống ẩn dật. Trong lịch sử Trung quốc, quý vị xem qua 25 bộ chính sử, mỗi bộ đều có phần *Ẩn dật chí*. Trong phần này ghi chép về những bậc ẩn cư có đạo đức, có tài năng như vậy. Các vị này không phải không muốn ra vì xã hội, vì đất nước làm việc, nhưng họ không có cơ hội. Họ vừa ra đời liền bị người khác áp bức, gặp quá nhiều chướng duyên, bất đắc dĩ mới phải lui về rừng núi. Thậm chí có người xuất gia, có người tu đạo.

Tại Trung quốc, người đời thường nói rằng trong của Phật, trong các đạo quán là những nơi *"ngọa hổ tàng long"* (có nhiều bậc tài năng ẩn mình). Điều này là đúng thật, không sai. Thế nhưng các vị ấy đều là những người thực sự có học vấn, có đạo đức. Một khi chí nguyện không thành, các ngài cũng có thể giữ mình an phận, các ngài rõ biết việc tu tâm dưỡng tánh, trong đời sống tinh thần của bản thân mình không ngừng hướng thượng vươn lên, các ngài không chịu làm những việc sai trái xấu xa. Vì sao vậy? Các ngài không vì bản thân mình, các ngài đều vì chúng sinh. Hội đủ nhân duyên thì làm điều tốt đẹp cho cả thiên hạ, không có nhân duyên thì tự lo hoàn thiện riêng bản thân mình. Đó là điều chúng ta quan sát thấy.

Như trong cuộc đời tôi, năm mươi năm qua đã từng gặp phải, đã từng kinh nghiệm, đâu phải là không đúng như vậy? Sống cùng tôi lâu một chút thì quý vị đồng tu đều biết rõ, nếu tôi không gặp được Hàn quán trưởng, một đời này của tôi hẳn là chuyện gì cũng không thể nói được, cũng phải ẩn cư, tự lo tu thân mình, đối với xã hội, đối với Phật pháp cũng không thể có sự cống hiến, vì chướng duyên quá nhiều. Cho nên, nhờ gặp được một vị hộ pháp đắc lực. Sau khi Hàn quán trưởng vãng sinh, những chướng ngại của tôi lại đến. Nếu như không tiếp tục gặp được cư sĩ Lý Mộc Nguyên hộ trì, hẳn tôi cũng không thể làm được gì nữa.

Cho nên tôi thường nói, trong Phật pháp hết thảy những công việc tôi làm được cho xã hội, có phải công lao của bản thân tôi hay không? Không phải vậy. Là công lao của ai? Là của các bậc hộ pháp. Điều này tôi thường nói, công đức hộ pháp vượt hơn công đức hoằng pháp không biết bao nhiêu lần. Các bậc long tượng hoằng pháp, tôi tin là có rất nhiều. Chỉ có điều là những vị ấy không gặp được người có sức hộ trì, cho nên đức hạnh, năng lực của họ cũng không làm được gì, không thể phát huy. Tôi tin chắc rằng rất nhiều người có năng lực hơn tôi, có trí tuệ hơn tôi. Chỉ đáng tiếc là họ không gặp được người có sức hộ trì.

Cho nên tôi đi đến nơi nào cũng đều khuyến khích bốn chúng đồng tu phải hiểu rõ việc hộ pháp. Phật pháp có thể tồn tại ở thế gian này hay không, có thể làm lợi ích rộng rãi cho chúng sinh hay không, hoàn toàn nhờ nơi sự hộ pháp. Người hoằng pháp cho dù có năng lực, có đức hạnh, có học vấn, có trí tuệ, nhưng không có được một người hộ pháp đắc lực, người ấy cũng chỉ là một người hết sức bình thường, lặng lẽ im lìm không ai biết đến.

Người đời không buông xả tự tư tự lợi, một khi thấy điều gì có lúc gây tổn hại đến lợi ích riêng tư của mình thì nhất định phản kháng, nhất định gây chướng ngại. Đó là chuyện thường tình của người đời, từ xưa đến nay ở khắp mọi nơi, không nơi nào tránh được. Cho nên tôi thường khuyên bảo khuyến khích các vị đồng tu, quý vị phát tâm hoằng pháp, quý vị nhất định phải tôn trọng người hộ pháp, phải kết mối pháp duyên. Nếu luôn tự cho mình là đúng, cống cao ngã mạn, dưới mắt không người, pháp duyên của quý vị dứt mất, quý vị không có người hộ trì, cho dù quý vị có năng lực cũng không có cách gì phát huy.

Vì thế, tôi thường đưa ra ví dụ, giống như trong một trường học, người hộ pháp cũng như vị hiệu trưởng, là người lãnh đạo nhân viên về mặt hành chánh. Những người hoằng pháp cũng như các giáo viên. Người hộ pháp phải có tuệ nhãn, phải nhận biết được vị giáo sư giỏi, tìm đến thỉnh mời giúp mình làm công việc hoằng pháp lợi sinh. Công đức hoằng pháp lợi sinh là của vị hiệu trưởng, không phải của các giáo viên. Những gì ngày nay chúng ta làm tại Singapore này, hết thảy mọi thành tựu là thuộc về cư sĩ Lý Mộc Nguyên, thuộc về đạo tràng Cư Sĩ Lâm của Phật giáo Singapore, thuộc về Tịnh Tông Học Hội, không thuộc về [người giảng pháp] chúng ta. Nhất định phải có nhận thức như thế.

Bốn chúng đệ tử Phật đồng tu đều có nhận thức như thế, đều biết như thế, có thể hỗ trợ hợp tác với nhau, tôn trọng lẫn nhau, chánh pháp có thể trụ lâu dài ở thế gian, có thể tiêu trừ hết mọi thứ thiên tai, nhân họa. Việc này rất khó, khó là vì những phiền não của chúng ta từ vô thủy kiếp đến nay không dễ dàng buông bỏ. Tuy là có học Phật, đã xuất gia, đã thọ đại giới, hoặc cũng đã giảng kinh thuyết pháp dạy người, hoặc làm trụ trì, giám viện, quản lý đạo tràng này, nhưng nếu vẫn còn có lòng riêng tư thì sự nghiệp hoằng pháp lợi sinh cũng sẽ gặp chướng ngại, chướng ngại rất nghiêm trọng. Điều này chúng ta phải luôn tự phản tỉnh.

Gây chướng ngại cho người khác, người gây chướng ngại trước mắt có thể tạm thời hả hê vui mừng, thế nhưng quả báo trong tương lai thật khổ sở không thể nói hết. Trong kinh *Phát khởi Bồ Tát thù thắng chí lạc* giảng giải rất rõ ràng, rất sáng tỏ. Bộ kinh này tôi đã từng giảng qua ba lần, tôi cho rằng đây là bộ kinh cứu mạng chúng ta trong đời mạt pháp. Biết bao sai trái lỗi lầm mà chúng ta phạm vào nhưng tự mình không hề hay biết. Đức Thế Tôn đại từ đại bi, hết thảy những điều ấy đều vì chúng ta giảng giải rõ ràng. Một bộ kinh này, người thực sự có tâm, ít nhất mỗi nửa tháng phải tụng một lần. Kinh văn không dài, nên lấy đó ghi nhớ làm giới luật, thường thường phản tỉnh, bản thân ta có phạm vào những lỗi lầm đó hay không, có ý niệm xấu ác đó hay không, có những hành vi xấu ác đó hay không? Nếu như có, hiện tại phải gấp rút sửa đổi quay đầu còn kịp.

Sửa lỗi nhất định phải thực tế, trong quá khứ ta gây chướng ngại cho người khác, đó là sai lầm, làm sao sửa lỗi? Hiện tại giác ngộ rồi, ta phải giúp đỡ hỗ trợ hết thảy những người hoằng pháp lợi sinh. Trong quá khứ thấy người khác có tài năng đáng khen ngợi, lúc nào cũng hết sức đè nén ức chế họ. Hiện tại đổi ngược lại, ngợi khen, xưng tán họ. Không chỉ ngợi khen xưng tán, hơn nữa còn thỉnh chuyển pháp luân, thỉnh Phật trụ thế, hết lòng hết sức ủng hộ. Đó gọi là chân thật sám hối, đó là thực sự quay đầu hướng thiện.

"Thấy người thân thể khuyết tật mà cười cợt." Những người này, trong xã hội ngày nay gọi là người khuyết tật. Họ đã hết sức bất hạnh rồi, chúng ta gặp họ, thấy họ hành vi cử động khó khăn bất tiện, cần phải giúp đỡ hỗ trợ, cần phải trợ giúp. Chẳng những đã không giúp đỡ, trợ giúp, lại còn đứng bên cười nhạo, tội ấy thật rất nặng nề. Quý vị cười nhạo những người ấy, tương lai quý vị nhất định phải chịu quả báo này. Quý vị liệu có giữ được thân thể mình trong suốt một đời này không chịu sự tổn thương hủy hoại hay không? Nghiệp nhân quả báo mảy may không sai lệch, chúng ta nhất định phải hiểu rõ được ý nghĩa này. Quý vị tạo nghiệp nhân như thế nào, chắc chắn cũng đều có quả báo. Nghiệp nhân từ đâu tạo ra? Khởi tâm động niệm là đã tạo [nghiệp nhân] rồi. Một niệm thiện liền có quả báo lành. Một niệm ác, nhất định có quả báo xấu ác. Ý niệm thiện ác biểu hiện ra thành hành vi thì quả báo càng rõ rệt hơn, càng nhanh chóng hơn. Người không học Phật, hoặc là người không thâm nhập kinh tạng, chúng ta có thể nói là vô tâm chai lỳ, không biết phản tỉnh, không biết sám hối, không biết sửa đổi, tự làm thanh tịnh, khi quả báo đến rồi thì hối hận không còn kịp nữa. Cho nên chúng ta luôn phải ghi nhớ, từ xưa đến nay, hết thảy những việc tốt đẹp đều dễ thất bại mà khó thành tựu, nghịch chướng nhiều mà thuận lợi ít. Chúng ta nếu có những lỗi lầm như vậy, những ý niệm xấu ác như vậy thì đã là không hợp

tình người rồi. Nói ra thì khó nghe nhưng không hợp tình người thì người ấy cũng không phải là người. Đã không phải người thì đời sau sinh về đâu? Sinh vào ba đường ác. Nói đến ba đường ác thì ai ai cũng không muốn nghe, thậm chí còn có người cho rằng đó là mê tín, là nói chuyện không căn cứ. Tôi cho rằng những người như vậy là vô tâm chai lỳ, vì sao vậy? Những chuyện nghiệp nhân quả báo không chỉ là trong các sách xưa ghi chép rất nhiều, mà hiện tại cũng có, ngay trước mắt thôi, nơi đạo tràng Cư Sĩ Lâm nhỏ bé này mà dường như mỗi tháng đều có, mỗi tuần đều có, chỉ cần quý vị tĩnh tâm quan sát [là thấy ngay]. Những chuyện này không phải ghi chép trong sách, không phải truyền thuyết, ngáy trước mắt quý vị, chính mắt quý vị nhìn thấy, nếu quý vị vẫn không chịu tin nhận, chẳng đáng gọi là vô tâm chai lỳ hay sao? Đặc biệt là những chuyện quỷ thần, thật có, chẳng phải giả dối. Đức Thái Thượng vì chúng ta nói: "Ngẩng đầu ba thước có thần minh." Thần minh đang giám sát, chúng ta không thể không minh bạch, không thể không rõ biết. Làm thế nào tự lo cho mình, hết thảy đều là trong một đời này của chúng ta. Thực sự giác ngộ, thực sự hồi đầu, vất bỏ thành kiến của bản thân mình, thuận theo lời răn dạy của Phật-đà, người như vậy mới là thực sự có trí tuệ, có phúc đức, con đường tương lai sáng tỏ rõ ràng. Nếu như cứ mê muội thuận theo thành kiến của bản thân mình thì con đường phía trước thật tối tăm u ám.

Hôm nay thời gian đã hết, chúng ta giảng đến đây thôi.

Bài giảng thứ 149

(Giảng ngày 16 tháng 1 năm 2000 tại Tịnh Tông Học Hội Singapore, file thứ 150, số hồ sơ: 19-012-0150)

Thưa quý vị đồng học, cùng tất cả mọi người.

Mấy ngày qua, tôi vì phải tiếp xúc trao đổi với một số tôn giáo khác cũng như có một số công việc nên tạm ngưng các buổi giảng sáng sớm trong năm ngày. Hôm nay tôi bắt đầu lịch giảng trở lại bình thường.

Mời xem *Cảm ứng thiên*, đoạn thứ 84, gồm có hai câu: *"Mai cổ áp nhân. Dụng dược sát thụ."* (Chôn bùa độc để hại người. Dùng thuốc làm chết cây cối.) Xét trong các đoạn lớn thì đây là đoạn lớn thứ 11. *"Vô nhân"*, hay nói cách khác là không có nguyên nhân, vô duyên vô cớ mà tạo tác nghiệp ác.

"Chôn bùa độc để hại người", ở vùng Singapore này chúng ta rất hiếm khi nghe nói đến. Lúc tôi còn niên thiếu, trong thời gian kháng chiến, khi còn đi học ở tại Hồ Nam, tại Quý Châu, thường nghe nói đến những chuyện này. Quả thật có những chuyện như vậy hay không? Tôi chưa từng chính mắt trông thấy nhưng nghe nói rất nhiều. Việc này cũng có khả năng là có. Vào thời đại chuyên chế của các bậc vua chúa xưa kia thì đây là hành vi phạm pháp, luật pháp quốc gia không cho phép.

"Bùa độc" nghe nói có rất nhiều loại. Các bậc đại đức xưa cho ta biết, nói chung việc cố ý nuôi bùa độc, dùng bùa độc hại người, đều là những tội lỗi rất sâu nặng. Những kẻ ấy vì sao dùng bùa độc hại người? Nghe nói rằng nuôi bùa độc ấy đến một giai đoạn nào đó, nếu không dùng hại người khác thì nó sẽ quay lại làm hại mình. Cho nên, trong trường hợp

này không hại người thì hại chính mình, có gì là tốt đâu! Tôi từng nghe nói rằng những người nuôi bùa độc, trong nhà hết sức sạch sẽ, hết sức ngăn nắp, gần như không chút bụi trần ô nhiễm.

Những vật độc hại người có rất nhiều loại, đại khái là những loài như rắn độc, như nhện độc, bọ cạp, đều là những loài độc hại. Vì sao phải làm chuyện [hại người] như vậy? Trong Phật pháp dạy rằng, đó là nghiệp chướng từ đời quá khứ. Người ta nếu không có nghiệp chướng [từ quá khứ] ắt không làm những chuyện như vậy. Nghiệp chướng trong quá khứ là nhân, hiện tại là duyên. Người trẻ tuổi thường ưa thích những chuyện kỳ lạ, quái dị, đó là hiếu kỳ. Thế nhưng quý vị làm những việc như vậy rồi, về sau sẽ phải hết sức khó khăn khốn khổ. Đó cũng là vì họ không có bạn hiền khuyên bảo dẫn dắt nên mới làm những chuyện hại người mà chẳng lợi gì cho mình.

Câu này chúng ta phải giải thích như thế nào? Giảng rộng nghĩa ra, nói chung những việc làm gây hại cho người khác mà không có lợi cho bản thân mình đều là nằm trong phạm vi đề cập của câu này. Việc gây hại cho người khác, dù có lợi cho mình cũng không thể làm, huống chi gây hại cho người khác mà không có lợi gì cho mình thì càng không nên làm. Chúng ta đối với hết thảy mọi người, hết thảy sự vật, sự việc đều phải luôn giữ tâm thương yêu.

Câu tiếp theo là: *"Dùng thuốc làm chết cây cối."* Đó là làm tổn hại đến tâm từ bi. Trong hoàn cảnh hiện nay của chúng ta mà nói, ý nghĩa này càng thêm sâu sắc hơn. Đó là không có lý do chính đáng mà phá hoại môi trường sinh thái tự nhiên, không hiểu rõ được mối quan hệ mật thiết giữa con người với môi trường tự nhiên.

Chư Phật, Bồ Tát, các bậc hiền thánh xưa đều dạy chúng ta *"yêu người thương vật"*. Nói cách khác, giáo dục của thánh hiền không gì khác hơn là khơi mở tâm từ bi của chúng ta mà thôi.

Ngày nay chúng ta tiếp xúc với rất nhiều tôn giáo khác. Trong rất nhiều các tôn giáo khác đó, chúng ta phát hiện ra có điểm chung. Đó là điểm chung nào? Là giáo dục tình thương yêu. Trong nhà Phật gọi là từ bi, một tấm lòng từ bi, hết thảy đều từ bi. Quý vị xem như Thiên chúa giáo, Do Thái giáo, Cơ đốc giáo, có thể xem như cả một hệ thống đều là *"thần minh thương yêu người đời"*, *"Thượng đế thương yêu người đời"*. Trong Ấn Độ giáo, Bà-la-môn giáo thì Đại Phạm thiên cũng thương yêu người đời. Tổng hợp hết lời dạy của các tôn giáo, lời dạy của thánh hiền, cũng là một câu như vậy. Chúng ta không chỉ thương yêu con người, còn phải thương yêu muôn vật. Quý vị xem trong kinh Bồ Tát Giới, đức Phật khuyên dạy chúng ta: *"Tỳ-kheo thanh tịnh không giẫm đạp cỏ xanh."* Quý vị xem, đến cọng cỏ nhỏ nhoi lớn lên cũng mơn mởn đầy sức sống, quý vị nỡ lòng nào giẫm đạp lên chúng? Người có lòng thương yêu đến mức như thế, ngay đến ngọn cây cọng cỏ còn thương yêu bảo vệ, sao có thể không thương yêu con người? Sao có thể không thương yêu động vật? Sao có thể gây hại cho người? Con người sống trong thế giới thương yêu, đó là hạnh phúc chân thật.

Cách đây mấy hôm, trong chúng ta có một số vị đồng tu đi theo cư sĩ Lý Mộc Nguyên, tôi cũng tham gia, đến thăm viếng một bà cụ nữ tu đã một trăm lẻ một tuổi, bà Hứa Triết (Hsu Chih). Một đời bà sinh ra đã sống trong thế giới thương yêu, cho nên được hạnh phúc mỹ mãn. Bà cho chúng tôi biết rằng bà là "người trẻ trung" đã một trăm lẻ một tuổi. Bà trẻ thật, tôi xem thân thể bà bất quá chỉ như người bốn, năm mươi tuổi thôi, nói thế nào cũng không thể tin nổi. Bà liền mang giấy tờ tùy thân đưa ra cho chúng tôi xem, quả đúng thật không sai, bà sinh năm 1900, nay là năm 2000, theo cách tính tuổi của người Trung quốc thì là 101 tuổi. Bà là người Triều Châu, thuộc Quảng Đông, cho nên bà nói được tiếng Quảng Đông, tiếng Triều Châu, biết tiếng Anh, cũng nói được cả tiếng [Trung quốc] phổ thông.

Tuy đã cao tuổi đến như thế, tôi xem thân thể, thể lực của bà thật không khác gì người trẻ tuổi. Tôi quan sát thật kỹ thấy bà mất một chiếc răng. Bà bảo tôi, cả hàm răng đều là răng thật, chỉ rụng mất một chiếc. Mắt bà còn rất sáng, mỗi ngày đều đọc sách, không cần đeo kính mắt. Tai còn nghe rõ, phản ứng nhanh lẹ sáng suốt, hết sức minh mẫn trí tuệ. Mỗi ngày bà vẫn còn làm việc công ích. Hôm qua khi tôi giảng kinh, có ý muốn mời bà ấy đến giảng đường để cùng mọi người gặp gỡ, nhưng hôm qua bà ấy có buổi lên lớp. Hiện tại mỗi tuần bà còn phụ trách mấy lớp học, dạy người khác tĩnh tọa. Khi chúng tôi đến, bà còn nhào lộn cho chúng tôi xem. Những người năm, sáu mươi tuổi trong chúng ta còn không dám làm, bà ấy [đã trăm tuổi] vẫn có thể nhào lộn biểu diễn cho chúng tôi xem. Bà ấy bảo chúng tôi, một đời bà giữ tâm địa thanh tịnh, không có phiền não, không có âu lo, không có vướng mắc. Đó là đạo dưỡng sinh.

Một đời bà không nhìn thấy lỗi lầm của người thế gian. Tôi hỏi: *"Bà nhìn thấy những chuyện không tốt, nhìn thấy người xấu ác, bà có cảm nhận gì không?"* Bà ấy trả lời: *"Không có, thấy cũng như không thấy."* Rồi bà nêu ví dụ giải thích với chúng tôi, cũng giống như chúng ta đi trên đường, nhìn thấy người qua kẻ lại rất nhiều nhưng trong lòng không giữ lại ấn tượng gì. Quý vị xem trong kinh Phật dạy chúng ta, thế nào là không giữ lại ấn tượng? Không giữ lại ấn tượng, đó chính là chuyển thức thành trí. Phàm phu chúng ta dùng thức. Thức thứ sáu (ý thức) phân biệt, thức thứ bảy (mạt-na thức) bám chấp, thức thứ tám (a-lại-da thức) giữ lại ấn tượng. Pháp sư Giao Quang trong phần chú giải kinh Lăng Nghiêm dạy chúng ta *"bỏ thức dùng căn"*. Bỏ thức, chúng ta không dùng thức thứ sáu là không phân biệt. Không phân biệt, vậy chỗ dùng của quý vị là gì? Là Diệu quán sát trí. Chúng ta không dùng thức thứ bảy, thức thứ bảy là bám chấp. Không bám chấp, vậy chỗ dùng của quý vị là Bình đẳng tánh trí. Không dùng a-lại-da thức, a-lại-da thức là giữ lại ấn tượng. Bà ấy không giữ lại ấn tượng, không giữ lại ấn tượng thì đó là Đại viên cảnh trí. Cho nên trong đời sống của bà, chỗ dùng của bà chính là dùng trí tuệ. Nói theo nhà Phật thì bà ấy ngay trong đời sống hằng ngày, xử sự đãi nhân tiếp vật, đều dùng Tứ trí Bồ-đề. Cho nên bà mới được khỏe mạnh sống lâu, một chút bệnh tật cũng không có. Chúng ta bốn mươi, năm mươi tuổi đã lưng đau gối mỏi, bà ấy một chút bệnh tật cũng không có, hoàn toàn bình thường, cho nên bà nói bà là "người trẻ trung", đó là danh xưng đúng thật, vì bà quả thật là trẻ trung. Tôi chính mắt được nhìn thấy, tôi cũng thực sự làm chứng việc này.

Ngày xưa Lý lão sư từng nói với tôi, tài liệu căn bản của y học Trung quốc là Hoàng đế Nội kinh, trong phần Linh khu có nói, tuổi thọ bình thường của con người lẽ ra phải là hai trăm năm. Tuổi thọ của quý vị nếu không được hai trăm năm, đó là quý vị đã tự mình làm hư hoại thân thể mình rồi. Có vị đồng học của chúng ta khi ấy hỏi bà: "Bà có khi nào bực tức không?" Bà đáp: "Không có." Một đời chẳng bao giờ bực tức, giận dữ. Bà nói với chúng tôi, chỉ một phút nổi giận thôi, phải mất ba ngày sau mới khôi phục lại được như bình thường. Lời nói này tôi nghe qua có thể tin nhận được, hiểu được. Trong Phật giáo, Đạo giáo nói về phương thức dưỡng sinh, thế nào là lành mạnh nhất? Là khi thân thể, tâm tình con người cùng hòa hợp thành một khối với môi trường tự nhiên, đó là đạo dưỡng sinh chân chánh, hoàn toàn phù hợp theo với tự nhiên. Thất tình, ngũ dục đều là nhiễu loạn tự nhiên, phá hoại môi trường tự nhiên. Trong thất tình, ngũ dục, thất tình là hỷ (mừng), nộ (giận), ai (buồn), lạc (vui), ái (yêu), ố (ghét), dục (muốn). Phật pháp chúng ta dạy rằng, tham sân si mạn là nặng nề nhất, nghiêm trọng nhất, và sức phá hoại mạnh mẽ nhất trong đó là sân hận, là nổi giận. Những cảm xúc khác như mừng vui, yêu thích... là những chấn động nhỏ, phạm vi phá hoại nhỏ, không quá nghiêm trọng, tuy cũng đều có gây tổn hại.

Người thực sự tu đạo thì tâm thanh tịnh, quyết định không có những ý niệm ngũ dục lục trần, cho nên các vị được sống mãi không già. Thế nhưng trong khi tiếp xúc với hoàn cảnh bên ngoài, dường như các vị cũng có mừng, giận, yêu, ghét... biểu lộ ra bên ngoài, như vậy là thế nào? Đó là ứng phó theo tình người, không phải thực sự có mừng, giận, yêu, ghét... Chính là trong nhà Phật nói: *"Hằng thuận chúng sinh, tùy hỷ công đức."* Khi quý vị có chuyện lo buồn, tôi hoàn toàn không thể ở đó cười vui, theo tình người là không thể chấp nhận. Quý vị có chuyện buồn đau, tôi cũng phải tỏ vẻ buồn đau cùng quý vị. Nhưng đó cũng là xuất phát từ trong lòng, không phải giả dối.

Những cảm xúc mừng, giận, yêu, ghét... của chúng sinh, nói thật ra đều là hư ngụy, xa lìa chân tâm. Ý nghĩa này hết sức sâu xa, nếu không thâm nhập kinh tạng quý vị không thể nhận hiểu được. Đó là nói tâm thanh tịnh luôn sống trong cảnh giới đại từ đại bi, người như vậy không già, không yếu; người như vậy không mê hoặc, không tà vạy, không nhiễm ô. Phật pháp nói công đức thù thắng viên mãn rốt ráo chính là nói điều này. Phàm phu không phải vậy. Khen ngợi quý vị vài câu, liền mừng vui không kiềm chế được. Nói vài câu khó nghe, liền bực bội khó chịu đến mấy ngày. Những chuyện ấy đều là tự giết mình, đối với bản thân mình cũng như người khác đều không lợi ích. Cho nên trong kinh Phật thường nói, người đời *"thật đáng thương thay"*. Quả thật rất đáng thương!

Vị lão bà nữ tu này, trong suốt một đời có gặp những chuyện [khen chê] như thế hay không? Có rất nhiều. Có người khen ngợi bà, có người hủy báng bà, cũng có người nhục mạ bà. Nhưng bất kể là quý vị ngợi khen cũng tốt, chê bai nhục mạ cũng tốt, bà không hề lay động, không động tâm, quyết định không để trong lòng, quyết định không xem những điều ấy là quan trọng, chỉ luôn giữ tâm thương yêu. Kinh sách của các tôn giáo bà ấy đều đọc qua, đối với Phật giáo đặc biệt có sự yêu thích. Bà ấy kể, có người bạn đạo hỏi bà ấy: "Bà thường nhìn các hạng ma quỷ như thế nào?" Bà đáp như thế nào? Bà đáp rằng: "Tôi nhìn hết thảy các tôn giáo trên thế giới đều sáng tỏ rõ ràng." Trong kinh Hoa Nghiêm nói: *"Viên nhân thuyết pháp, vô pháp bất viên."* (Người hiểu đạo thuyết pháp, dù nói pháp nào cũng không khiếm khuyết.) Đây chính là lời nói ra của một người có trí tuệ viên mãn.

Bà ấy không học Phật, nhưng trong thực tế bà là Bồ Tát, đích thực vậy, không chút hư dối, vì năm giới, mười nghiệp lành, ba điều phúc, sáu ba-la-mật, nếu theo tôi đánh giá bà ấy thì tất cả đều trọn vẹn. Bản thân bà sống hết sức đơn giản, mỗi ngày ăn một bữa. Đời sống của bà quay về đến mức tự nhiên. Chúng ta cũng có người ăn ngày một bữa, nhưng ăn rau cũng cần thêm ít muối, ít tương, còn có thêm chút gia vị. Bà ấy hoàn toàn không cần, chỉ toàn rau xanh, mấy ngọn rau cho vào nước luộc chín, không thêm vào bất kỳ gia vị gì, thật là hoàn toàn quay về với tự nhiên. Y phục, bà dùng những y phục cũ rách người khác bỏ đi, may ghép lại để mặc, không phải không có tiền, vì người cúng dường cho bà rất nhiều. Bà ấy nói, người khác đưa nhiều tiền như thế cho tôi, là muốn tôi thay họ làm việc tốt, thay họ làm việc tu tích phúc đức, tiền đó không thể sử dụng cho riêng mình. Y phục cũ rách, bà ấy nói mình nên may ghép lại thành y phục mới để mặc, trau chuốt lại cũng còn đẹp chán, ở đời vẫn còn có rất nhiều người không có quần áo mặc, không có cơm ăn, chúng ta làm sao không thẹn với họ? Quý vị có thể hiểu được lòng thương yêu của bà ấy là chân thật, không hề giả dối, thương yêu hết thảy chúng sinh. Chúng ta mỗi ngày đều nói *"chân thành, thanh tịnh, bình đẳng, chánh giác, từ bi"* nhưng chúng ta còn chưa làm được. Bà ấy đã làm được rồi. *"Nhìn thấu, buông xả, tự tại, tùy duyên, niệm Phật"* bà ấy cũng đã làm được.

Chỗ tốt đẹp của việc học Phật, lợi ích của việc học Phật, từ nơi bản thân bà ấy chúng ta có thể thấy được, có thể chứng minh được. Đời sống tiết kiệm đến mức như vậy, chúng ta nhìn thấy giống như là rất khổ sở, nhưng bà ấy thật là người sung sướng nhất trong thế gian này, là người hạnh phúc nhất, không ai có thể so sánh được với bà ấy. Bà ấy một trăm lẻ một tuổi, một mình sống trong một căn phòng, không cần ai quan tâm đến. [Ngược lại] bà ấy còn quan tâm đến người khác, mỗi ngày đều đi ra bên ngoài, có những người nghèo khó khốn khổ, bà ấy đều giúp đỡ, đều hỗ trợ. Bà ấy kể với tôi, có người thuê phòng, không có tiền trả tiền thuê, bà thay người ấy trả tiền thuê phòng; có người không có tiền trả tiền điện, nước, bà giúp người ấy trả tiền điện, nước. Người không có ăn, bà mang gạo đến cho. Hôm ấy tôi nhìn thấy trong phòng bà có khoảng hai, ba chục bao gạo, là người ta mang đến cho bà. Mang cho bà để làm gì? Bà mang ra bố thí, bố thí khắp nơi. Đó thật là điển hình tốt của *"yêu người thương vật"*, tu hành chứng quả, chúng ta tự mình chính mắt nhìn thấy.

Tôi có nói với Lý cư sĩ, nên mời bà đến đạo tràng Cư Sĩ Lâm, nhân lúc tôi giảng kinh, mời bà lên khán đài cho mọi người đều được nhìn mặt. Chúng ta nếu có thể thực sự tiếp thu Phật pháp, y theo lời dạy vâng làm thì cũng có thể được thành tựu giống như bà, cũng có thể được thực sự hạnh phúc mỹ mãn giống như bà. Suốt đời bà đã xây dựng đến mười mấy viện dưỡng lão, công việc suốt đời bà là quan tâm đến người già, chăm sóc người bệnh, trong Phật pháp gọi đó là *"bố thí vô úy"*, bà được quả báo là khỏe mạnh sống lâu. Cho nên chúng ta nhìn thấy bà ấy trong các môn bố thí tài vật, bố thí pháp, bố thí vô úy thì lấy bố thí vô úy làm chính, bố thí tài vật, bố thí pháp là phụ theo. Hết thảy đều là bố thí, "một tức là ba, ba tức là một", bà dùng môn bố thí [vô úy] ấy làm chính.

Cho nên, quả báo hiển hiện ngay trước mắt chúng ta, chúng ta đối với lời răn dạy của Phật-đà tin sâu không còn nghi ngại, cần phải nỗ lực y theo lời dạy vâng làm, rộng mở tâm lượng, thương yêu bảo vệ chúng sinh. Cho nên, hôm ấy khi tôi hỏi: *"Rốt lại thì bà tin theo tôn giáo nào?"*, bà ấy đáp: *"Tôi tin theo tôn giáo thương yêu."* Câu nói này thật có ý nghĩa, *"tôn giáo thương yêu"* là bao quát hết thảy mọi tôn giáo, không bỏ sót một tôn giáo nào. Ngôn ngữ đơn giản mà ý nghĩa sâu xa vô tận, điều này chúng ta phải học tập.

Hôm nay thời gian đã hết, chúng ta giảng đến đây thôi.

Bài giảng thứ 150

(Giảng ngày 17 tháng 1 năm 2000 tại Tịnh Tông Học Hội Singapore, file thứ 151, số hồ sơ: 19-012-0151)

Thưa quý vị đồng học, cùng tất cả mọi người.

Xin mời mở sách *Cảm ứng thiên*, đoạn thứ 85: *"Khuể nộ sư phó. Để xúc phụ huynh."* (Nổi giận với thầy dạy. Xúc phạm bậc cha anh.)

Hai câu này, trong phần chú giải giảng rất rõ ràng: *"Điều này so với lỗi 'mạn kỳ tiên sinh' (khinh thường thầy dạy) có khác biệt."* *Mạn* là khinh mạn, khinh thường, có người gọi là "xem thầy dạy không ra gì". Cho nên, khinh thường đó là vô cớ mà khinh thường. Chỗ này nói *"khuể nộ sư phó"* (nổi giận với thầy), đó là: *"[Do thầy] dạy dỗ quở trách mà nổi giận."* Thầy dạy dỗ học trò, học trò không phục, trong lòng giận tức. *"Khuể"* là giận tức trong lòng, *"nộ"* là biểu lộ ra bên ngoài.

"Người xưa giữ đạo thờ thầy, không xúc phạm, không che giấu." Câu này nói lên thái độ của học sinh thời xưa đối với thầy dạy. *"Nói chung khi thầy có lời răn dạy, phải bình tâm tĩnh trí tiếp nhận, sao có thể bực tức nổi giận được? Bực tức nổi giận, đó là người đức mỏng, không có phước."*

Đoạn văn này chúng ta phải ghi nhớ. Hiện nay, phong hóa ngày càng suy đổi, đạo thầy trò đã không còn nữa. Không chỉ là không còn đạo thầy trò, mà nói thật ra thì đạo hiếu cũng không còn. Cho nên, trong xã hội ngày nay chúng ta nhìn thấy, nghe thấy phổ biến khắp nơi, con cái bất hiếu với cha mẹ, học trò ngỗ nghịch, bất kính với thầy dạy, [những điều này] đã thành ra thói tục thông thường.

Chúng ta sống trong xã hội này, nên làm như thế nào, điều đó phải thường tự hỏi mình xem có muốn thành tựu đạo nghiệp hay không. Nếu muốn thành tựu đạo nghiệp thì vẫn phải tuân theo những lời răn dạy của các bậc cổ đức. Nếu thật không muốn thành tựu đạo nghiệp thì có thể tùy thuận theo khuynh hướng thế tục. Cho nên, việc này chúng ta phải tự mình quyết đoán, [phải biết] tự mình nên đi theo con đường nào.

Thầy quở trách răn dạy, nếu ta biết được rằng thầy có chỗ sai, người xưa có sự tu tập hàm dưỡng nên [trong trường hợp này vẫn] *"không xúc phạm, không che giấu"*. Chúng ta không đủ công phu hàm dưỡng [để làm như vậy] thì có thể trực tiếp thưa hỏi thầy. Thầy quở trách ta phạm lỗi, bảo ta sai lầm, nhưng ta tự thấy không có gì sai trái, vậy thầy nói ta sai ở điểm nào, có thể thỉnh cầu thầy nói ra rõ ràng, minh bạch. Dù sao thì thầy dạy so với ta tuổi tác cao hơn, học thức cũng từng trải phong phú hơn, nhìn nhận vấn đề so với ta phải sâu sắc hơn, nhìn xa trông rộng hơn, đó là thực tế. Có khi ta tự thấy mình là đúng, đó chỉ là nhìn việc trước mắt, nếu nhìn sâu xa mới thấy được có lỗi lầm. Thường là vì thế nên chúng ta tự mình không hiểu được, sinh ra oán hận thầy.

Quý vị nên biết, quý vị sinh lòng oán hận thì thầy có dạy bảo quý vị hay không? Chắc chắn là không. Thầy dạy đối với quý vị rất giữ phép tắc, sẽ không tiếp tục dạy cho quý vị nữa. Đó là vì sao? Vì thấy lòng dạ quý vị quá nhỏ hẹp không thể dung nạp được gì, cho nên thầy không dạy nữa.

Khi tôi còn trẻ, được gần gũi Lão cư sĩ Lý Bỉnh Nam. Học sinh theo học với thầy rất nhiều. Thầy đối với học sinh đều có cách dạy bảo khác nhau. Với người có thể tiếp nhận, khi bị quở trách có thể thực sự *"không xúc phạm, không che giấu"* thì thầy đặc biệt rầy la, dạy bảo nhiều hơn, hầu như thường xuyên gặp mặt, thường xuyên được nghe lời thầy dạy bảo, quở trách. [Đối với học sinh] có một, hai lần biểu lộ sự bất mãn, không sẵn sàng tiếp thu, thầy nhìn thấy như vậy rồi thì từ đó về sau không nói nữa, dù có lỗi lầm, sai trái cũng không nói đến. Vì sao vậy? Vì không muốn kết thành oán cừu với những người ấy. Quý vị nói xem, họ không thể tiếp nhận, hơn nữa còn có lòng oán hận, như vậy chẳng phải kết thành oán cừu rồi sao?

Cho nên, vị thầy thông minh thì không kết oán cừu, quý vị có thể tiếp nhận thì mới dạy cho quý vị. Đại sư Ấn Quang nói rằng, quý vị có một phần thành kính thì dạy cho quý vị một phần, hai phần thành kính thì dạy cho hai phần. Không có lòng thành kính thì không dạy. Quý vị có thể đến lớp, nghe giảng cũng tốt, nhưng tuyệt đối không xem quý vị là đối tượng dạy dỗ. Do đó có thể biết rằng, [nếu oán hận thầy thì] tổn hại mất mát thuộc về ai? Chính là bản thân ta phải chịu tổn hại mất mát.

Câu tiếp theo nói: *"Xúc phạm bậc cha anh."*

Hai câu tám chữ [của đoạn thứ 85] này, trong Phật pháp gọi là căn bản Phật pháp. Nền giáo dục Phật pháp chính là khởi đầu từ sự hiếu kính. Quý vị xem trong ba điều phúc lành tạo nghiệp thanh tịnh *(Tịnh nghiệp tam phúc)*, quý vị đều biết, điều thứ nhất là: *"Hiếu dưỡng cha mẹ, phụng sự bậc sư trưởng."* Phật pháp khởi đầu từ đâu? Chính là khởi đầu từ chỗ này. Phật pháp đến chỗ nào thì trọn vẹn rốt ráo? Là đến lúc thành Phật. Thành Phật là thế nào? Là hiếu dưỡng cha mẹ, tôn kính sư trưởng đều đạt đến mức rốt ráo trọn vẹn, đó là thành Phật. Cho nên, Phật giáo lấy đây làm điểm khởi đầu, cũng xem đây là chỗ hoàn tất trọn vẹn. Nếu có người hỏi Phật giáo là gì? Chỉ là đạo hiếu kính mà thôi. Điều này người học Phật chúng ta nhất định phải hiểu rõ.

Học Phật là học những gì? Chính là học đạo hiếu kính. Người bất hiếu, bất kính, cho dù tu tập bất kỳ pháp môn nào cũng đều không thể thành tựu. Điều này chúng ta nhất định phải hiểu rõ. Muôn ngàn lần cũng không được cho rằng bốn câu của điều đầu tiên trong *Tịnh nghiệp tam phúc* là quá cạn cợt, thậm chí không đáng nói đến. Nghĩ như vậy là quý vị sai lầm rồi. Hết thảy chư Phật Như Lai chứng đắc quả vị đều là từ nơi bốn câu này: *"Hiếu dưỡng cha mẹ, phụng sự bậc sư trưởng, giữ tâm từ không giết hại, tu mười nghiệp lành."*

Mọi người thường nhìn thấy những tranh tượng của đức Phật, trên đầu có một vầng hào quang tròn sáng, bên trên hào quang thường viết ba chữ Phạn, hoặc dùng chữ Tây Tạng, cũng có khi dùng chữ Hán, đó là ba chữ *"án, a, hồng"*, biểu thị sự viên mãn. Những gì viên mãn? *"Án"* là thân nghiệp viên mãn, không trộm cướp, không giết hại, không dâm dục, như vậy là viên mãn. *"A"* là khẩu nghiệp viên mãn, không nói dối, không nói hai lưỡi, không nói lời ác độc, không nói thêu dệt. *"Hồng"* là ý nghiệp viên mãn, không tham lam, không sân hận, không si mê. Quý vị phải hiểu rằng, ba chữ đó [biểu thị] mười nghiệp lành viên mãn. Người đã viên mãn mười nghiệp lành gọi là Phật. Chúng ta làm sao có thể xem đó là chuyện nhỏ nhặt?

Thậm chí có một số người cho rằng đây chỉ là những điều giới hết sức nhỏ nhặt, không đáng kể, thật không biết rằng những giới nhỏ này là sự viên mãn của Phật-đà, là nền tảng căn bản.

Ngày nay đạo hiếu, đạo thầy trò đều suy vi. Chúng ta nếu thực sự phát tâm Bồ-đề, thực sự muốn làm việc lợi mình lợi người, phải bắt đầu làm từ đâu? Chính là phải bắt đầu từ sự hiếu kính mà khởi làm, làm một tấm gương tốt cho mọi người trong xã hội noi theo. Như vậy thì quý vị là Bồ Tát, là quý vị hoằng pháp lợi sinh.

Khi tôi đến thăm vị nữ tu Hứa Triết, là một lão bà đã trăm lẻ một tuổi, sống giản dị. Chúng tôi đến xem trong căn phòng của bà, gọn gàng sạch sẽ, không bài trí trang hoàng bất cứ vật gì, chỉ thấy trên bàn có một bức ảnh, đầu giường nằm cũng có một bức ảnh, đều là ảnh người mẹ của bà. Chúng ta [qua đó] biết được bà là một người con hiếu thảo, bản thân bà đã trăm lẻ một tuổi mà trên bàn, trên đầu giường vẫn còn [đặt hình ảnh], không quên mẹ mình. Có hiếu với cha mẹ thì nhất định biết tôn kính bậc sư trưởng. Người như vậy nhất định có thể thương yêu hết thảy chúng sinh. Đó là Bồ Tát. Là Bồ Tát chân thật, không phải hư dối. Cho nên tôi nói rằng, đối với [những pháp như] Tịnh nghiệp tam phúc, Tam quy, Ngũ giới, Thập thiện, nếu hiện nay chúng ta phải đưa ra đánh giá thì bà ấy quả là trọn vẹn, bà ấy đã làm được trăm phần trăm. Bà ấy chưa từng thọ Tam quy, chưa từng được truyền Ngũ giới, nhưng bà ấy hoàn toàn làm được, cho nên chư Phật, Bồ Tát, các vị thần minh đều theo bảo vệ, giúp đỡ bà ấy. Đó là sự thật.

Ngày nay tôi làm hết thảy mọi việc đều là hoằng pháp lợi sinh. Trong phòng học nhỏ này của tôi, vì sao treo hình [Lý] lão sư, cũng treo hình của Hàn quán trưởng? Đó là biết ơn, báo ơn, không lúc nào quên. Tôi có thể nhận thức được Phật pháp, có thể hiểu được Phật pháp, có thể tu học Phật pháp, đó là nhờ đâu? Chính là nhờ Lý lão sư chỉ dạy, dẫn dắt. Tôi ngày nay có được một chút thành tựu, là nhờ Hàn quán trưởng trong ba mươi năm giúp đỡ tôi có môi trường tu học. Lý lão sư ví như cha mẹ sinh ra tôi, người hộ pháp như cha mẹ nuôi dưỡng tôi. Lão sư có thể sinh ra, nhưng nếu không có người hộ trì, không có môi trường tu tập thì cũng thành uổng phí, rốt lại không thành tựu được gì.

Xã hội ngày nay, những gì mọi người nhìn thấy đều là quên ơn phụ nghĩa. Chúng ta muốn cứu vãn xã hội này thì nhất định phải tùy bệnh cho thuốc. Người khác quên ơn phụ nghĩa, chúng ta phải đề xướng việc biết ơn, báo ơn. Người khác xem thường, nổi giận với thầy dạy, chúng ta phải đối với thầy dạy hết sức cung kính. Người khác bất hiếu với cha mẹ, xúc phạm cha mẹ, chúng ta phải đặc biệt thực hành hiếu thuận để người đời noi theo. Điều này đức Thế Tôn trong kinh điển vẫn thường dặn dò chúng ta, đó là *"thọ trì đọc tụng, vì người diễn thuyết*. *"Diễn"* là biểu diễn, *"thuyết"* là giải thích, chúng ta phải hiểu rõ ý nghĩa này, phải nhìn xem người xưa tu học thành tựu như thế nào, đó là những tấm gương tốt để ta noi theo, là những điển hình của chúng ta. Trong nền giáo dục của đức Thế Tôn, các ngài chính là vì chúng ta chứng minh sự thật, khiến cho ta khi được nghe thấy, nhìn thấy liền có thể dứt bỏ lòng nghi, khởi sinh niềm tin, có thể tinh tấn tu tập không lười nhác, nhờ đó mà con đường học vấn, con đường tu tập đều tự nhiên được thành tựu.

Người xưa nói rằng: *"[Quan hệ với] cha anh là hàng đầu trong ngũ luân, hiếu để là điều trước tiên trong đạo làm người."* Ví như cha mẹ hoặc thầy dạy thiếu sự công bằng, có thiên vị, yêu thương không đồng, chúng ta cũng nhất định phải giữ thái độ vui vẻ đón nhận, lắng nghe lời dạy, đó là lợi ích cho bản thân mình. Đúng như Đại sư Ấn Quang từng nói: *"Một phần thành kính thì được một phần lợi ích."* Cho nên, bất kể là pháp thế gian hay xuất thế gian, quý vị khi cầu học được lợi ích nhiều hay ít hoàn toàn đều do nơi sự tôn kính của quý vị đối với thầy dạy, quyết định thành mức độ lợi ích của quý vị. Tuyệt đối không thể nào có người bất hiếu với cha mẹ, bất kính với bậc sư trưởng mà được thành tựu. Quý vị cứ mở lịch sử ra mà xem, dù chỉ một người như vậy cũng không tìm thấy.

Thời nay chúng ta phải tự mình phản tỉnh thật sâu sắc. Trong phần chú giải nêu ra không ít những câu chuyện xưa. Những chuyện này đều hết sức cảm động lòng người. Quý vị không được xem đây như những câu chuyện thần thoại xa xưa, như vậy là sai lầm. Câu chuyện đầu tiên trong số này kể về Uông Hội Đạo vào đời nhà Minh. Tôi sẽ đọc qua một lần đoạn văn này:

"Uông Hội Đạo, tính dĩnh ngộ", nghĩa là người hết sức thông minh. *"Lướt mắt đọc qua sách liền có thể ghi nhớ đọc lại"*, là nói đọc sách qua một lần đã có thể ghi nhớ tụng đọc lại, trời phú cho tài năng như vậy. *"Tám tuổi có thể làm văn"*,

có thể làm văn nghĩa là viết ra được những áng văn chương, tám tuổi đã có thể viết thành văn chương rồi. *"Nhưng đối với thầy dạy cực kỳ ngạo mạn, chỉ hơi trái ý liền giận dữ mắng chửi sau lưng thầy"*, mắng chửi thầy ở sau lưng, nghĩa là nhân lúc vắng mặt thầy, chửi lén. *"Một hôm đang ngồi trong phòng học, bỗng ngáp một cái, rồi từ trong miệng vọt ra một con quỷ."* Ngay khi vừa há miệng ngáp, từ trong miệng liền có một con quỷ vọt ra. Con quỷ ấy chỉ mặt anh ta mà nói: *"Mày vốn dĩ sẽ chiếm đại khôi trong thiên hạ"*, đại khôi thiên hạ, vào thời xưa tức là thi đỗ trạng nguyên, trạng nguyên được gọi là đại khôi thiên hạ. *"Vì mày nổi giận với thầy, Thượng đế đã tước lộc, gạch tên, nay tao cũng vì chuyện này mà bỏ đi."* Nhân vì bực tức nổi giận với thầy mà bị Thượng đế gạch tên, con quỷ kia cũng bỏ đi. Sau khi quỷ bỏ đi rồi, *"tìm xem lại những sách cũ, mù tịt không đọc được chữ nào"*. Lúc mở sách trước đây ra xem lại, chẳng những không thể ghi nhớ, mà cho đến một chữ cũng không đọc hiểu được.

Mọi người đọc qua đoạn này, nếu xem đây như chuyện thần thoại cũng có được, nhưng chúng ta phải từ chỗ này tự phản tỉnh sâu sắc. Đây là chuyện nói về mặt xấu, phần sau hãy còn nhiều chuyện nói về những gương tốt đẹp, tích cực. Ví như thầy giáo nhiều lần quở trách răn dạy mà vẫn có thể vui vẻ tiếp nhận, người như vậy về sau nhất định sẽ có sự thành tựu.

Phật pháp là đạo thầy trò, đạo thầy trò được xây dựng trên nền tảng là đạo hiếu. Cho nên, người nào không thể hiếu thuận với cha mẹ thì tuyệt đối không thể tôn kính bậc sư trưởng, con đường học vấn, con đường tu tập đương nhiên sẽ rất khó thành tựu. Điều này từ xưa đến nay ở khắp mọi nơi, quý vị chỉ cần lưu tâm quan sát kỹ là có thể thấy biết nhận hiểu rõ ràng ngay, sau đó mới biết rằng những lời răn dạy của bậc thánh nhân là đúng thật không sai, chúng ta phải mở lòng ra học tập.

Bài giảng thứ 151

(Giảng ngày 30 tháng 1 năm 2000 tại Tịnh Tông Học Hội Singapore, file thứ 152, số hồ sơ: 19-012-0152)

Thưa quý vị đồng học, cùng tất cả mọi người.

Xin mời xem đến đoạn thứ 86 trong *Cảm ứng thiên*. Đoạn này chỉ có hai câu: *"Cưỡng thủ cưỡng cầu. Háo xâm háo đoạt."* (Cưỡng ép giành lấy. Tham muốn xâm đoạt.) Trong phần chú giải, hai đoạn đầu tiên rất quan trọng thiết yếu, rất có ý nghĩa.

Thế nào gọi là *"cưỡng ép giành lấy"*? *"Phần mình không đáng có nhưng lại quyết lòng muốn có, đó gọi là cưỡng ép."* *"Phần mình"* là nói phần vốn có, phần của riêng mình. Phần riêng của quý vị không đáng có được. Phạm vi điều này hết sức rộng lớn, bao quát hết thảy những danh văn lợi dưỡng, năm món dục trong sáu trần cảnh. Quý vị không đáng được giàu có, quý vị nhất định vẫn phải đạt được. Quý vị không đáng được địa vị, quý vị vẫn nhất định chiếm đoạt cho bằng được. Những điều ấy đều gọi là cưỡng ép, đều thuộc về phạm vi của lỗi này.

Như thế có phù hợp với nhân quả hay không? Nhất định là không. Nếu quả thật vận mạng [nhân quả] vốn không hề có mà ta cứ nhất định phải đạt được, ví như thực sự đạt được thì định luật nhân quả phải bị thay đổi mất rồi. Không chỉ riêng Phật pháp dạy chúng ta, mà các bậc hiền thánh thế gian cũng như xuất thế gian, các vị thần thánh trong hết thảy các tôn giáo, không một vị nào không xiển dương chân lý về nhân quả.

Nói cách khác, phần riêng của quý vị không đáng có được, hiện tại quý vị lại miễn cưỡng, nhất định phải đạt được. Ví như quý vị thực sự đạt được, thì đó vẫn là do trong vận mạng [nhân quả] đã sẵn có. Nói khác đi, tuy nói *"phần mình không đáng có"*, nhưng đó là hiện ngay lúc này. Nói cách khác, chẳng hạn như về chuyện giàu sang, sự giàu sang đã sẵn có trong vận mạng [nhân quả], không phải do trong hiện tại mà quý vị có thể đạt được. Đó là nói nhân duyên thời tiết còn chưa thành thục, quý vị lại ngày ngày cố sức tranh giành, [cuối cùng] quý vị đạt được. Sự giàu sang mà quý vị đạt được, có khả năng là mười năm sau, hai mươi năm sau, ba mươi năm sau rồi quý vị sẽ đạt được. Trong hiện tại, bất quá chỉ là quý vị đang cố truy cầu sớm hơn mà thôi, vẫn là trong vận mạng [nhân quả] đã sẵn có.

Trong thế gian này từ xưa đến nay, ở khắp mọi nơi, những kẻ cưỡng cầu như thế rất nhiều, rất nhiều. Nếu như trăm người cưỡng cầu như thế, cả trăm người đều đạt được, thì việc này dường như cũng có ý nghĩa. Thế nhưng trong trăm người cưỡng cầu, thực sự đạt được chỉ một, hai người mà thôi. Có thể thấy rằng việc này không hề chân thật.

Chúng ta từ chỗ này hết sức tỉnh táo quan sát, trong sách *Liễu Phàm tứ huấn* giảng giải với ta hết sức rõ ràng, đối với ý nghĩa nhân quả, đối với chân tướng sự thật nhân quả báo ứng đều nói rất thấu triệt, nêu lên rất nhiều trường hợp ví dụ điển hình, chúng ta cần phải tham khảo thấu đáo, sau đó thì ý niệm mong cầu sẽ tự nhiên dứt bỏ không còn nữa. Đó là ý nghĩa của sự cưỡng ép, miễn cưỡng mong cầu.

Phần dưới lại nói: "Người khác cho mình gọi là *thủ*, mình cầu xin nơi người khác để có gọi là *cầu*." Người khác cúng dường, biếu tặng, [mình nhận lấy] đó là *thủ*. Mình cầu xin người khác để có được, đó là *cầu*. Cả hai việc này đều không nên cưỡng ép. Phật pháp dạy chúng ta phải tùy theo duyên phần, như vậy mới thực sự là người hiểu rõ lý lẽ.

Lại nói: "Dùng mưu ma chước quỷ lén lút lấy của người

khác gọi là *xâm*, dùng thế lực công khai cướp lấy gọi là *đoạt*. Bằng những cách như vậy mà có được rồi, tự mình cũng rất khó mà được hưởng, lại chỉ khiến cho những thứ vốn có của mình bị mất đi mà thôi." Câu này nói hoàn toàn đúng thật không sai. Quý vị dùng âm mưu quỷ quyệt dối trá, lường gạt mà chiếm được, đó gọi là *"xâm"*, xâm phạm, chiếm lấy của người khác. Dùng thế lực, quyền lực của quý vị, dựa vào địa vị của quý vị để công khai cưỡng chiếm không chút e dè, [gọi là *đoạt*].

Chuyện như vậy từ xưa đến nay, ở khắp mọi nơi, đặc biệt là trong xã hội hiện đại, hầu như đã phổ biến thành thói tật thông thường. Có thể cưỡng ép giành lấy, có thể lừa gạt chiếm lấy của người khác, chiếm đoạt của người khác, xã hội lại tôn xưng là bậc anh hùng hảo hán, mọi người đều thán phục vì người ấy làm được, có cách để làm được. Không hề nghĩ đến việc quý vị chiếm đoạt được đó chỉ là nhất thời, quý vị có thể hưởng thụ được bao nhiêu ngày? Họa hoạn sẽ theo liền sau. Chúng ta chỉ thấy được tai họa theo sau đó là khi quý vị phạm tội, quý vị sẽ bị [pháp luật] phán xử. Trong Phật pháp nói rằng đó chỉ là hiện báo, sau đó vẫn còn có quả báo. Trong Phật pháp cũng gọi hiện báo là hoa báo, tỷ dụ giống như cây ra hoa. Ra hoa rồi sau đó kết quả, đó là quả báo. Những người như thế khi chịu hoa báo, chúng ta nhìn thấy đã hết sức không tốt, thế nhưng người đời vẫn không biết cảnh giác lo sợ, quả báo [về sau] đều là phải đi vào ba đường ác: địa ngục, ngạ quỷ, súc sinh. Nói thật ra, con người do mê hoặc điên đảo nên mới không biết rằng nhân quả rất đáng sợ.

Tiếp theo phần này nêu ra nhiều câu chuyện minh họa, một số người trong chúng ta gọi là chuyện xưa. Câu đầu tiên là: *"Trịnh Tuyên nói: Ta thấy tiền bạc là thứ mọi người đều ưa thích, người đời ắt phải tranh giành nhau."* Thật là họa hoạn vô cùng! Điều này không cần phải có học vấn thật cao thâm, cũng không cần phải có kiến thức rất sâu rộng, chỉ cần chúng ta tỉnh táo quan sát thì đều thấy rõ ngay trước mắt.

Người Trung quốc chế tác chữ viết, người xưa tạo thành văn tự đều hàm chứa trí tuệ cao siêu. Quý vị xem như chữ tiền (錢), đây là loại chữ hội ý. Trong *"lục thư"* (sáu phép chế tác chữ viết) thì chữ này thuộc loại chữ *hội ý.* Quý vị xem kỹ, chữ này có ý nghĩa gì? Một bên là chữ *kim* (金), là kim tiền, tiền vàng, một bên là chữ *qua* (戈), *qua* là ngọn giáo, là một loại vũ khí. Không phải một ngọn giáo, mà là hai ngọn giáo tranh nhau. Như vậy thành chữ *tiền* (錢). Nói cách khác, hàm ý trong chữ *tiền* là vì tiền bạc giàu có mà phải đấu tranh. Quý vị nói xem, những điều như thế đáng sợ biết bao.

Cho nên, người xưa tạo thành chữ như thế là để chúng ta nhìn vào hiểu được, phải nhanh chóng xa lìa, tránh né, đó là tai họa. Không phải là điều tốt đẹp gì. Một số đồng tu trong cửa Phật chúng ta, cũng có những người tuy đã học Phật vẫn còn chưa buông bỏ danh lợi, anh em, chị em vẫn còn vì tài sản mà tranh nhau ra trước tòa, thân thích không cần biết đến, chỉ biết có tiền. Trong thực tế, những người ấy không hề thực sự nhận hiểu được về tiền bạc. Nếu họ thực sự nhận hiểu được, họ sẽ không còn tranh giành nhau, họ sẽ buông bỏ, bởi vì nghĩ đến những điều ấy mới thấy thật đáng sợ.

Tổ tông người Trung quốc từ thời cổ đại thật có trí tuệ, có học vấn, lưu truyền lại cho con cháu đời sau tài sản chân thật là trí tuệ, là kinh nghiệm, là sự dạy bảo, biểu hiện qua các ký hiệu trong chữ viết, để quý vị nhìn vào có thể giác ngộ, có thể nhận hiểu, rồi quý vị có thể hiểu được phải sống như thế nào, phải xử sự, đối đãi với người, tiếp xúc muôn vật như thế nào mới có thể đạt được hạnh phúc chân thật.

Đại sư Ấn Quang quan sát thấy người đời hiện nay khuyết thiếu trí tuệ. Trí tuệ ấy bày ra trước mắt trong ký hiệu chữ viết mà họ vẫn không nhận được ý tứ, cho nên vẫn cứ mê hoặc điên đảo như cũ. Suy nghĩ sai lầm, làm việc sai lầm, kết quả là bất thiện, kết quả là bi ai. Cho nên Đại sư cực lực đề xướng việc giáo dục nhân quả. Ngài dùng ba bộ sách *Liễu Phàm tứ huấn, Cảm ứng thiên* và *An Sĩ toàn thư* làm giáo trình dạy dỗ, dẫn dắt người mới học.

Liễu Phàm tứ huấn dạy chúng ta nhận biết ý nghĩa nhân quả cũng như sự thật chân tướng. *Cảm ứng thiên* giúp chúng ta phân biệt đúng sai, tà chánh, giúp ta có được một tiêu chuẩn noi theo để dứt ác tu thiện, trước hết dạy ta đứng vững được trong hai cõi trời người, không đến nỗi bị đọa vào trong ba đường ác. Đó là những lời răn dạy chân thật từ bi của chư Phật, Bồ Tát đối với hết thảy chúng sinh. Sau đó mới tiến thêm một bước, giúp đỡ hỗ trợ chúng ta phá mê khai ngộ, [thông qua bộ sách] *An Sĩ toàn thư*. Người thế gian mê đắm trong sự giết hại, tham dâm háo sắc, lòng tham muốn miếng ăn ngon không thể khắc phục, tham ăn máu thịt chúng sinh, chiêu cảm [quả báo là] đao binh kiếp ở thế gian, chúng ta ngày nay gọi là chiến tranh, nhân họa. [Những điều này] do đâu mà có? Là do việc ăn thịt chúng sinh mà có. Cho nên đức Phật khuyên người đời không ăn thịt chúng sinh.

Nếu như quý vị cho rằng không ăn thịt làm cơ thể con người không đủ dinh dưỡng, thì ngày hôm qua quý vị đã gặp nữ cư sĩ Hứa Triết, bà ấy vừa quy y ngày hôm qua. Bà ấy đã một trăm lẻ một tuổi, suốt đời ăn chay. Từ thời trung niên đến nay bà sống ngày càng đơn giản hơn. Hôm qua chúng tôi được nghe chính bà nói ra, mỗi ngày bà chỉ ăn một bữa, toàn là ăn rau sống. Rau sống đem luộc luộc, xào xào chẳng tốt sao? Chỉ là phiền phức lắm, lãng phí rất nhiều thời gian. Cho nên, đời sống càng đơn giản càng tốt.

Ngày xưa tôi sống với Lão cư sĩ Lý Bỉnh Nam. Lý lão cư sĩ hơn ba mươi tuổi mới bắt đầu học Phật. Thầy học Phật không lâu thì ăn chay, hơn nữa cũng ăn mỗi ngày một bữa. Thầy so với nữ cư sĩ họ Hứa không giống nhau, thầy không ăn rau sống mà ăn rau luộc chín. Thầy sống hết sức đơn giản, có một cái nồi mang theo. Một cái nồi, một cái bát thôi, vì sao vậy? Để giảm bớt phiền toái, khi cần rửa, rửa qua một lần là xong, nồi, bát đều sạch sẽ. Thầy là người Sơn Đông, rất thích ăn mỳ, cho nên đặt rau xanh bên dưới lớp mỳ, làm bữa cơm chỉ mất mười phút là xong, không lãng phí thời gian.

Khi tôi ở Đài Trung nhìn thấy nếp sống của thầy, tôi liền học theo được. Tôi ở Đài Trung mười năm, trong đó có năm năm tôi học theo nếp sống của Lý Lão sư, chỉ ăn mỗi ngày một bữa. Tôi cũng mua một cái nồi nhỏ mang theo. Tôi nấu một bữa cơm mất bao nhiêu thời gian? Trong khoảng năm phút thì nhóm lửa đun nước xong. Chúng tôi đều rất thích ăn món mỳ, Trung quốc đại lục gọi là mỳ lọn, Đài Loan gọi là mỳ sợi, rất nhỏ, giàu dinh dưỡng. Đợi nước sôi qua một lượt, sau đó thì tắt lửa. Rau không cần phải cắt, chỉ ngắt khúc rồi cho vào nồi. Đậy kín nắp vung lại, trong vòng năm phút vẫn còn đủ nóng để hầm chín, cho nên dùng rất ít chất đốt. Nấu một bữa cơm chỉ trong mười phút là xong.

Chúng ta thấy vị nữ cư sĩ Hứa Triết này, so với chúng tôi bà ấy còn đơn giản hơn nữa. Bà chỉ hoàn toàn ăn rau sống. Chúng tôi quan sát kỹ, trong nhà bà ấy có nhà bếp hay không? Có, trong nhà bếp hết sức gọn gàng sạch sẽ, không chút bụi bặm. Qua đó có thể biết đại khái là nhà bếp của bà chỉ dùng nấu nước thôi. Bà sống đến một trăm lẻ một tuổi, thân thể giống như người còn trẻ tuổi. Cho nên khi giới thiệu với người khác, bà ấy nói "tôi là người trẻ trung đã một trăm lẻ một tuổi". Hôm qua có thỉnh bà ấy biểu diễn thế ngồi, quý vị thấy ngồi xếp bằng xuống động tác rất nhanh, tư thế ngồi rất đúng chuẩn mực. Vì trên giảng đường không được thuận tiện nên đã không yêu cầu bà ấy biểu diễn nhào lộn cho mọi người xem.

Quý vị xem, bà ấy tai mắt còn tỏ tường, khi đọc báo, xem cả những chữ nhỏ cũng không cần mang kính mắt. Bà rất thích đọc sách, thường thường đọc sách đến vài ba giờ, quên cả giờ ngủ. Bà ngủ rất ít. Khối lượng công việc bà làm không thua kém bất kỳ một người trẻ tuổi nào, mỗi ngày vẫn còn bôn ba đi đến đó đây, quan tâm chăm sóc bệnh nhân, những người nghèo khổ, giúp đỡ hỗ trợ họ. Người ta muốn gặp bà đều phải hẹn trước. Không hẹn trước thời gian thì không thể biết được bà đi lo công việc ở nơi nào.

Do đó có thể biết rằng, chúng ta bình thường nói khỏe mạnh nhờ các vitamin, đối với bà ấy điều này hoàn toàn không đúng. Bà không có khái niệm như vậy. Bà mỗi ngày ăn rau sống, các thứ dầu, muối, tương, giấm đều không có, bà không dùng đến, đường cũng không ăn, suốt mấy mươi năm đều đặn như vậy. Người thường chúng ta thân thể thiếu thốn món này, món kia liền sinh bệnh tật. Bà ấy món gì cũng không cần đến, vậy mà thân thể khỏe mạnh vô cùng. Chúng ta nếu không ăn muối, không ăn dầu, ngay lập tức sẽ phát sinh bất ổn. Bà ấy có thể không cần thiết đến [những thứ ấy], như vậy là ý nghĩa gì?

Trong Phật pháp có căn cứ giải thích, đó là "tất cả pháp từ tâm tưởng sinh". Trong tâm quý vị suy nghĩ: "Mình không ăn muối, chỉ sợ là thân thể sẽ yếu ớt." Vậy là thân thể sẽ yếu ớt, không chịu được. Từ tâm tưởng sinh, tâm địa bà ấy thanh tịnh, không nghĩ tưởng bất cứ điều gì, cho nên thân thể bà hoàn toàn quay lại [hòa hợp] với môi trường tự nhiên.

Chúng ta không ăn dầu, không ăn muối, không ăn đường, dưỡng chất cho cơ thể thiếu đi rất nhiều, vậy là có bệnh, thân thể không khỏe mạnh. Quý vị quan sát kỹ trâu, bò, dê, ngày ngày ăn cỏ xanh, chúng nào có ăn dầu? Chúng cũng không ăn đường, cũng không ăn muối, nhưng thân thể chúng hết sức khỏe mạnh.

Từ chỗ đó chứng minh được lời dạy của Phật: "Tất cả pháp từ tâm tưởng sinh" đích thực là chính xác. Chúng ta từ sáng đến tối nghĩ ngợi lung tung, cho nên làm hư hoại đi thân thể này. Thời gian suy tưởng đã quá lâu, tập thành thói quen, biến thành tập khí, chỉ cần thiếu thốn một chút thôi, thân thể này một khi xem lại liền phát sinh bệnh.

Thế nhưng vẫn có thể quay đầu hướng thiện, chỉ cần quý vị có quyết tâm, dần dần thay đổi tập quán, nếp sống của bản thân mình, sửa đổi sự nhận biết sai lầm của mình, khôi phục lại đến mức như tự nhiên, thân thể liền tự nhiên được khỏe mạnh, sống lâu.

Cho nên, tôi nhìn thấy bà ấy rồi thì đối với ý nghĩa nhà Phật nói về hai chữ "phú quý" liền hiểu rõ, thâm nhập sâu hơn, thấu triệt hơn. Rất nhiều người đối với hai chữ "phú quý" nhận hiểu không rõ ràng, nhận hiểu theo nghĩa hẹp hòi, cho nên khi nói đến ý nghĩa phú quý trong nhà Phật thì mọi người đều lắc đầu. Thế nhưng hiện nay nói đến sự phú quý trong nhà Phật, mọi người vẫn có thể tin nhận. Vì sao vậy? Người xuất gia tất cả đều giàu có, sống trong phòng ốc cung điện so với người bình thường tốt đẹp hơn nhiều.

Thế nhưng vào thời của đức Phật Thích-ca Mâu-ni, sự phú quý ấy từ đâu mà có? Đó là ba tấm y, một bình bát, mỗi ngày ăn một bữa, dưới một gốc cây chỉ ngủ một đêm, ngày ngày đều ôm bát đi khất thực. Sự phú quý như vậy, chúng ta phải nói thế nào? Nhìn vào nữ cư sĩ Hứa Triết thì chúng ta liền hiểu rõ. "Phú" nghĩa là vật chất trong đời sống của quý vị không bị thiếu thốn. Mỗi ngày ăn một bữa là đủ, không thiếu thốn thì đó là giàu có, nên giàu có chính là biết đủ. "Quý" nghĩa là được mọi người trong xã hội tôn kính, không nhất định phải có địa vị, không nhất định phải có quyền thế. Mọi người đều tôn trọng quý vị, đó là quý. Không chỉ là đại chúng tôn kính, cho đến ngàn năm muôn đời, chỉ cần nhắc đến cá nhân quý vị thì người người đều tôn kính. Đó là thực sự phú quý, các bậc đế vương cũng không sánh kịp, không cách gì so sánh được với quý vị. Đó là ý nghĩa lớn lao của nhân sinh vũ trụ, chúng ta phải tham cứu kỹ lưỡng, tinh tế, rõ ràng, phải thực sự nỗ lực học tập, hóa giải đi ý niệm đua đòi cạnh tranh, tham muốn dục vọng không chỉ là giảm xuống mà còn được chuyển hóa, không còn nữa.

Hôm qua gặp nữ cư sĩ Hứa Triết, [chúng ta thấy] dục vọng của bà ấy không còn nữa. Hôm qua chúng ta giảng bốn mươi tám nguyện, giảng đến "nguyện không tham kể thân này", hết sức tương ứng phù hợp, là chấp ngã buông bỏ. Chấp ngã buông bỏ rồi, mức độ thấp nhất là chứng quả Tu-đà-hoàn. Tu-đà-hoàn là địa vị không thối chuyển, nhất định không còn thối lui trở lại địa vị phàm phu. Trong ba pháp bất thối,[1] bà ấy đạt được Vị bất thối, địa vị không còn thối chuyển. Cho nên bà ấy tin tưởng là trời bảo vệ, giúp đỡ bà, bà có niềm tin như vậy. Chúng ta nếu có niềm tin, chư Phật, Bồ Tát sẽ bảo vệ, giúp đỡ chúng ta.

Nếu như sự chấp ngã của quý vị còn chưa buông bỏ, chư Phật, Bồ Tát dù muốn bảo vệ, giúp đỡ quý vị cũng không thể làm được. Vì sao vậy? Vì không tương ưng phù hợp. Phải tu tập phá trừ chấp ngã, cùng với chư Phật, Bồ Tát một đường tương thông, như vậy mới có thể có sự cảm ứng. Ý nghĩa này cần phải hiểu rõ.

Thân thể này là gì? Hôm qua tôi đã giảng rất rõ ràng, thân này là công cụ, không phải ngã, chỉ là một công cụ để chúng ta vì hết thảy chúng sinh phụng sự, phải xem nó là công cụ, không được xem đó là tự ngã. Vậy ngã là gì? Hư không pháp giới là ngã, hết thảy chúng sinh là ngã, ta dùng công cụ [thân này] để thành tựu ngã, để phụng sự ngã, như vậy mới được.

---

[1] Ba pháp bất thối gồm: Vị bất thối, Hạnh bất thối và Niệm bất thối.

Bài giảng thứ 152

(Giảng ngày 31 tháng 1 năm 2000 tại Tịnh Tông Học Hội Singapore, file thứ 153, số hồ sơ: 19-012-0153)

Thưa quý vị đồng học, cùng tất cả mọi người.

Hôm qua đã giảng đến đoạn thứ 86 trong *Cảm ứng thiên:* *"Cưỡng thủ cưỡng cầu. Háo xâm háo đoạt."* (Cưỡng ép giành lấy. Tham muốn xâm đoạt.)

Những hành vi xấu ác tạo thành nghiệp ác này, hết thảy đều nảy sinh từ một quan niệm sai lầm. Quan niệm sai lầm đó, trong kinh Phật gọi là "chấp ngã". Trong kinh điển đức Phật thường dạy, nếu sự chấp ngã này không thể phá trừ thì vĩnh viễn không thể thoát ra khỏi sáu đường luân hồi, bất kể là dụng công như thế nào, tu học pháp môn gì, hết thảy đều vẫn phải lưu chuyển trong sáu đường, vĩnh viễn không có ngày ra khỏi. Phàm phu với thánh nhân cũng bắt đầu phân chia từ đây. Phá trừ xong chấp ngã là thánh nhân, không phá trừ được chấp ngã là phàm phu.

Vì sao chấp ngã lại khó dứt trừ đến thế? Vì nó được tạo thành bởi một quan niệm sai lầm có cội gốc quá sâu xa lâu dài. Phàm phu trong sáu đường, khởi tâm động niệm đều bám chấp thân này là ngã, đó là sự thấy biết nhận hiểu sai lầm. Sự thấy biết mê hoặc cũng là thấy biết sai lầm, quý vị nhìn thấy không đúng thật.

Thân này không phải ngã, vậy ngã ở đâu? Ngã là cái gì? Nói thật ra, chân lý ở ngay trước mắt, ngay tại lúc này, chỉ đáng tiếc là chúng ta không giác ngộ. Ta đưa ra một cánh tay, là tay của ta, rồi chân của ta, mắt của ta, mũi của ta, cho đến thân thể này, thân thể của ta. Mở rộng ra bên ngoài là gia đình của ta, cha mẹ của ta, anh em của ta, bạn bè của ta, thành phố của ta, đất nước của ta, thế giới của ta. Lại mở rộng hơn nữa, hư không của ta. Vậy cái ngã nằm ở đâu? Tôi nói nhiều như thế, chư Phật, Bồ Tát cũng giảng thuyết như thế, chúng ta có nhận hiểu được hay không? Cái ngã đó, chỉ cần đem những thứ ấy trừ bỏ hết đi, chẳng phải đã hiện ngay trước mắt rồi đó sao?

Quý vị thực sự tìm ra được bản ngã, quý vị đã thành Phật, thành tổ rồi. Phàm phu ngay trong bản ngã này mê hoặc đánh mất, một khi giác ngộ mới hiểu được rằng hết thảy chúng sinh trong tận cùng hư không, biến khắp pháp giới chính là ngã.

Nhà Phật nói *"tam đức mật tạng"*, trong *"tam đức mật tạng"* có *"thường lạc ngã tịnh"*. Có bản ngã chân thật, không phải là không có ngã, quả thật có. *Ngã* đó là ý nghĩa gì? Trong kinh Phật giải thích rất nhiều, thông thường giảng giải là có tám ý nghĩa. Trong tám ý nghĩa đó, quan trọng thiết yếu nhất là hai ý nghĩa: ý nghĩa *chủ tể* và ý nghĩa *tự tại*. *Chủ tể*, trong các tôn giáo [khác] gọi là Chúa sáng tạo. *Tự tại* là như trong kinh Hoa Nghiêm giảng *"lý sự vô ngại, sự sự vô ngại"*. Đó là ý nghĩa của *ngã*.

Chư Phật, Bồ Tát đều có, các bậc giác ngộ đều có, chúng sinh mê hoặc điên đảo như chúng ta có hay không? Cũng có, hoàn toàn không hề mất đi, chỉ là mê muội quên mất. Tuy có nhưng không giác ngộ biết được. Đức Phật giảng *Tam đức, Pháp thân*. Pháp thân là thể của ngã, Bát-nhã là tướng của ngã, giải thoát là dụng của ngã. Chúng ta cũng có thể nói giống như vậy, *pháp thân* là thể của ngã, *báo thân* là tướng của ngã, *ứng hóa thân* là dụng của ngã. Đó là nói Tam pháp. Nói theo Đại sư Huệ Năng thì: *"Hai pháp không phải Phật pháp, Phật pháp không phải hai pháp."*

Thế nào gọi là Phật pháp? Phật pháp là pháp giác ngộ.

Nếu như quý vị rơi vào trong [các khái niệm] *Pháp thân, Báo thân, Ứng hóa thân*, quý vị phân biệt có ba thân, bám chấp vào chỗ có ba thân, đó là quý vị mê muội không giác ngộ. Người giác ngộ hiểu được rằng ba thân là một thân. Một mà ba, tuy ba mà một. Tuy nói có ba nhưng thật ra là một. Một đó là gì? Đó chính là ngã. Vậy ba đó là gì? Cũng chính là ngã. Ngã tuy có ba, nhưng chỉ là một. Cửa ải nút thắt này phải đột phá vượt qua. Sau khi đột phá được rồi mới thực sự được như kinh Kim Cang nói: *"vô ngã tướng, vô nhân tướng, vô chúng sinh tướng, vô thọ giả tướng"*.

Chúng ta có thể hỏi rằng, bốn tướng ấy rốt lại là có hay không có? Là thật có. *Ngã tướng*, là chỗ mà đức Phật chỉ rõ chúng sinh nhận lầm thân thể là ngã. *Nhân tướng*, là chỉ hết thảy chúng sinh hữu tình đối lập với bản thân mình. *Chúng sinh tướng*, là bao quát hết y báo, chính báo trang nghiêm trong mười pháp giới. Hết thảy các pháp đều là duyên sinh. Các pháp duyên sinh cũng gọi là chúng sinh, làm sao lại không có tướng? *Thọ giả tướng*, là ba đời: quá khứ, hiện tại và vị lai.

Cho nên, bốn tướng này bao quát hết thảy các pháp thế gian và xuất thế gian, không một pháp nào nằm ngoài. Các tướng pháp ấy đều là pháp duyên sinh, là *"do tâm hiển hiện, do thức biến hóa"*, có chướng ngại hay không? Không có chướng ngại. Không chỉ là *lý vô ngại, sự vô ngại*, mà trong thực tế là *lý sự vô ngại, sự sự vô ngại*.

Vậy chướng ngại từ đâu mà có? Chướng ngại từ nơi sự bám chấp mà có. Bốn tướng này rõ ràng hiện ra trước mắt chúng ta, chúng ta với bốn tướng này đồng một thể; là một, chẳng phải hai. Nếu quý vị bám chấp vào các tướng này, quý vị từ nơi pháp tánh, pháp tướng khởi sinh vọng tưởng, phân biệt, bám chấp, đó gọi là chấp tướng, chấp tướng rất nghiêm trọng.

Nếu lìa được sự bám chấp, buông bỏ bám chấp nhưng vẫn còn phân biệt, đó cũng là chấp tướng. Nhưng mức độ chấp tướng có giảm nhẹ đi một chút.

Nếu phân biệt cũng không còn, nhưng vẫn còn vọng tưởng. Vọng tưởng với phân biệt có sự khác biệt nhau. Phân biệt là có ý thức, vọng tưởng là không có ý thức. Như vậy vẫn là còn bám chấp rất yếu ớt. Mức độ bám chấp hết sức nhỏ nhiệm, yếu ớt, nhưng vẫn gọi là mê.

Cho nên, trong kinh Phật nói: *"Vô ngã tướng, vô nhân tướng, vô chúng sinh tướng, vô thọ giả tướng."* Những cái không đó là không còn vọng tưởng, không có vọng tưởng về bốn tướng, không có phân biệt bốn tướng, không có bám chấp bốn tướng, như vậy là quý vị chứng đắc *Tam đức, Pháp thân, Bát-nhã,* cũng chứng đắc được giải thoát. Pháp thân có thường lạc ngã tịnh, Bát-nhã có thường lạc ngã tịnh, trong giải thoát cũng có thường lạc ngã tịnh, quý vị nhận hiểu được không? Nhận hiểu được là phá mê khai ngộ, là chuyển phàm thành thánh.

Chúng ta học Phật, không chỉ là học Phật pháp, nền giáo dục Nho gia trong quá khứ cũng tìm cầu chỗ ngộ, chúng ta thường nghe người già nói về ngộ tính. Sáu căn của chúng ta tiếp xúc với cảnh giới sáu trần bên ngoài, có chỗ ngộ hay không? Quý vị có thể ngộ được sâu đến mức nào? Quý vị có thể ngộ được rộng đến mức nào?

Chúng ta ngày nay vì sao không giác ngộ được? Chính là vì không thực hiện công phu. Những gì là công phu? Buông bỏ phân biệt bám chấp là công phu. Đọc kinh nhiều cũng không hữu dụng, niệm Phật nhiều cũng không hữu dụng, trì chú nhiều cũng không hữu dụng. Vậy những gì là hữu dụng? Nhìn thấu, buông bỏ là hữu dụng. Nhìn thấu được là học vấn chân thật, là trí tuệ chân thật; buông bỏ là công phu chân thật.

Trước tiên là buông bỏ sự bám chấp vào bản ngã, nhìn thấu được là nhận hiểu chân chính, thân thể này là gì? Là công cụ của ta. Là công cụ gì? Là công cụ phục vụ ta. Tôi nói ra như vậy mọi người không hiểu rõ, tôi thêm vào một chữ nữa, quý vị liền có thể hiểu được. Công cụ phục vụ "những gì của ta", như vậy có hiểu rõ được hay không? Vì gia đình *của ta*, vì đất nước *của ta*, vì thế giới *của ta*, vì hết thảy chúng sinh *của ta*, vì những điều ấy mà phục vụ, đó là công cụ.

Nói "những thứ của ta", trong đó liền có "năng" [là đối tượng phục vụ] có "sở" [là đối tượng được phục vụ], vậy là nghĩa [phương tiện] thứ hai, không phải nghĩa [rốt ráo] thứ nhất. Trừ bỏ đi hai chữ "của ta", đó là nghĩa [rốt ráo] thứ nhất.

Nói cách khác, [thân] công cụ này là vì hết thảy chúng sinh trong hư không pháp giới mà phụng sự. Hết thảy chúng sinh trong hư không pháp giới chính là *ngã*. Ai hiểu được như vậy? Chư Phật Như Lai hiểu rõ được, chư Phật Như Lai chứng đắc như vậy. Đức Phật dạy dỗ dẫn dắt chúng ta, không gì khác hơn là dạy cho chúng ta chứng đắc. Chứng đắc như thế nào? Buông bỏ được là chứng đắc. Cho nên quý vị phải hiểu được rằng, Pháp thân, Bát-nhã, giải thoát, Pháp thân, Báo thân, Ứng hóa thân, đều là đức năng vốn có đầy đủ của tự tính.

Phẩm *Xuất hiện* trong kinh *Hoa Nghiêm*, nói rất rõ: *"Hết thảy chúng sinh đều có đức tướng trí tuệ Như Lai."* Như Lai là Pháp thân, trí tuệ là Bát-nhã, đức tướng là giải thoát. Nếu như nói theo Tam thân thì Như Lai là Pháp thân, Bát-nhã là Báo thân, Giải thoát là Ứng hóa thân. Hết thảy chúng sinh đều có [các đức tính ấy], *"chỉ do vọng tưởng, bám chấp, phân biệt mà không thể chứng đắc"*.

Tuy không thể chứng đắc, quý vị cũng không thể nói chúng sinh đó không phải Như Lai, không thể nói chúng sinh đó không có *Tam đức mật tạng*, không có *Tam thân*. Không thể nói như vậy. Chúng sinh hết thảy đều có đủ, chỉ vì hiện tại mê hoặc không giác ngộ mà thôi. Một khi giác ngộ, chúng sinh với chư Phật Như Lai là một, chẳng phải hai, quyết định không có sai biệt. Đó là chân tướng của vũ trụ nhân sinh.

Nhìn thấu được, quý vị liền phá mê khai ngộ, liền chuyển phàm thành thánh. Trong kinh Phật gọi là *"phiền não tức Bồ-đề"*, *"sinh tử tức Niết-bàn"*, quý vị nghe qua như vậy thì [không hiểu], trong lòng thấy thật buồn cười. Chúng ta ngày nay một cửa ải này không có cách gì đột phá [qua được]. Thế nhưng quý vị cần hiểu rằng, nếu cửa ải này không thể đột phá qua được thì không chỉ là không thể tự độ mình, mà cũng không có cách gì cứu độ người khác. Nếu muốn độ mình độ người thì tự độ mình là tự mình giác ngộ, độ người là giúp đỡ hỗ trợ người khác giác ngộ. Quý vị nếu nắm chắc được một điểm này, vô lượng trí tuệ, vô lượng đức năng liền tùy niệm khởi sinh, quý vị liền được đại tự tại.

Chúng ta hiện nay có thể hỏi rằng, tôi cũng rất muốn ngộ nhập vào cảnh giới như vậy, cảnh giới ấy là cảnh giới của chư Phật, là cảnh giới Như Lai quả địa, vậy phải bắt đầu công phu tu tập từ đâu?

Phải bắt đầu từ chỗ buông bỏ hết tự tư tự lợi, buông bỏ hết danh văn lợi dưỡng, buông bỏ hết tham sân si mạn, một lòng một dạ vì hết thảy chúng sinh phụng sự, chỉ cần thấy chúng sinh có chỗ cần đến liền hết lòng hết sức giúp đỡ hỗ trợ.

Phải giúp đỡ hỗ trợ với thái độ như thế nào? Phải xem chúng sinh như chủ nhân, bản thân ta như người nô bộc. Nên giữ thái độ như thế. Nếu ai có thể dùng tâm hiếu thuận, tâm cung kính mà vì xã hội phụng sự, vì muôn dân phụng sự, vì hết thảy chúng sinh phụng sự thì đó chính là Phật, Bồ Tát tái sinh.

Hôm nay thời gian đã hết, tôi giảng đến đoạn này là hết sức quan trọng thiết yếu. Đoạn này các bậc đại đức xưa kia đều không giảng. Không phải vì các ngài không muốn giảng, vì sao lại không chịu giảng? Vì đại từ đại bi, sau khi giảng ra rồi là lấp mất cánh cửa giác ngộ của quý vị. Cho nên các ngài không giảng, chỉ sử dụng đủ mọi phương pháp ám chỉ biểu thị, khiến cho quý vị có thể hoát nhiên đại ngộ. Hôm nay tôi cũng là ở trong tình thế bất đắc dĩ, không thể nào không giảng. Vì sao vậy? Vì thấy quý vị không ngộ được, không có cách gì ngộ nhập.

Mong rằng mọi người lưu tâm đoạn văn này, chúng ta có băng ghi hình, nên xem lại nhiều lần, nghe nhiều lần, suy ngẫm nhiều lần. Then chốt vấn đề nằm ở sự buông bỏ, buông bỏ là đột phá được. Sau khi buông bỏ rồi, phải đem tâm từ bi chân thành với muôn vạn lần nhiệt thành mà phụng sự đại chúng trong xã hội.

Buông bỏ hoàn toàn không phải là tiêu cực, sau khi buông bỏ rồi thì tích cực hơn hết, đó là thực sự buông bỏ. Nếu như buông bỏ rồi tiêu cực, đó là hư giả, là không hiểu rõ được ý nghĩa chân thật trong sự buông bỏ. Đó là hiểu lầm, không phải ngộ nhập. Người ngộ nhập thì nhất định sẽ tích cực, người hiểu sai mới thành tiêu cực.

Tốt rồi, hôm nay giảng đến đây thôi.

Bài giảng thứ 153

(Giảng ngày 1 tháng 2 năm 2000 tại Tịnh Tông Học Hội Singapore, file thứ 154, số hồ sơ: 19-012-0154)

Thưa quý vị đồng học, cùng tất cả mọi người.

Mời xem *Cảm ứng thiên*, đoạn thứ 87: *“Lỗ lược trí phú. Xảo trá cầu thiên.”* (Cướp bóc để làm giàu. Xảo trá cầu thăng chức.)

Tôi sẽ đọc qua một lần dòng đầu tiên của phần chú giải trong sách *Vị biên: “Nói đến cướp bóc, nếu không phải lúc chiến tranh thì làm sao có. Thế nhưng, kẻ làm quan ăn nuốt bóc lột của dân chúng, thâm lạm công quỹ, người giàu có cho vay nặng lãi, như thế cũng đều là cướp bóc. Dùng cách như vậy để làm giàu, tất nhiên phải khiến cho người ta tan nhà nát cửa, gia đình ly tán, vợ than con khóc có thừa, làm sao có thể được yên ổn hưởng thụ?”*

Đoạn văn này đã giảng rất thấu triệt về ý nghĩa hai chữ *“cướp bóc”*. Điều này trong nhà Phật nói là thuộc về giới trộm cướp. Phạm vi của giới trộm cướp hết sức rộng khắp, bất kể là dùng thủ đoạn, phương thức nào để chiếm lấy tiền bạc tài sản của người khác, hoặc tước đoạt mất lợi ích của người khác, đều là thuộc về giới trộm cướp. Tính chất nghiêm trọng của quả báo phạm giới này, nếu không phải do Phật nói ra thì người đời quả thật không có cách gì lý giải được.

Trong kinh luận, đức Phật giảng giải hết sức rõ ràng, cũng nói đến rất nhiều, rất tường tận chi tiết. Nếu ta trộm lấy một món đồ của cá nhân một người, tội ấy so ra cũng nhẹ, vì tương lai chỉ phải trả lại cho riêng một người đó. Nếu là trộm cắp của công, như người đời gọi là bọn quan chức tham những, những gì mà bọn họ chiếm đoạt chính là tiền thuế đóng góp từ muôn dân, là tiền bạc tài sản của quốc gia, kết thành tội lỗi tương lai phải hoàn trả, có bao nhiêu người dân nộp thuế đều là chủ nợ của họ, nên sự việc như vậy là hết sức phức tạp phiền toái.

[Trong việc này] chúng ta phải xét xem chủ nợ là ai? Có bao nhiêu chủ nợ? Trộm cắp tài sản công cộng của quốc gia thì chủ nợ là người dân cả nước, quý vị nói xem thật đáng sợ biết bao! Biết đến bao giờ quý vị mới có thể trả hết nợ?

Đức Phật dạy, nghiêm trọng hơn thế nữa là [trộm cắp] tài vật của Thường trụ [Tam bảo], tức là những tài sản thuộc về Tăng đoàn. Kinh *Địa Tạng Bồ Tát bản nguyện* nói rất rõ. Phật dạy rằng, [những người phạm] tội *ngũ nghịch, thập ác*, Phật đều có cách cứu độ, nhưng trộm cắp tài vật của Thường trụ [Tam bảo] thì Phật không thể cứu được. Vì sao vậy? Trộm cắp tài sản công cộng trong tự viện, chùa chiền, phạm vi như thế thuộc về thập phương Thường trụ [Tam bảo], chủ nợ còn nhiều hơn người trong một nước, hết thảy những người xuất gia trong các pháp giới cùng khắp hư không đều có phần. Số lượng chủ nợ như vậy so với hết thảy các loài chúng sinh trên cả địa cầu này còn lớn hơn gấp nhiều lần. Con số ấy, không một người nào có thể tính toán nổi.

Thế nhưng ngày nay [người ta] chiếm đoạt tài sản của chùa chiền, tự viện, không hề biết đến sự lợi hại, không biết đến quả báo của việc này. Chúng ta nhờ đọc kinh Phật, thâm nhập kinh tạng, mới có thể hiểu rõ được đôi chút về trạng huống sự thật này. Phật dạy chúng ta bố thí, dạy chúng ta buông xả. Bố thí là nhân phúc đức, quý vị có thể tu nhân, đương nhiên sẽ được chứng quả, quý vị sẽ nhận được quả báo tốt. Trong kinh luận nói [về việc này] rất nhiều.

Bố thí tài vật thì được quả báo giàu có, cho nên sự giàu có nhất định không thể dùng phương thức bất chính mà đạt được. Hiện nay tôi cũng từng nói rất nhiều về việc này. Dùng bất kỳ thủ đoạn nào để được giàu có, thảy đều là do trong vận mạng [nhân quả] của quý vị cũng đã sẵn có. Trong vận mạng [nhân quả] của quý vị nếu không sẵn có, cho dù dùng bất kỳ thủ đoạn nào quý vị cũng không thể đạt được. Ý nghĩa này, quý vị nên nghiên cứu nhiều trong sách *Liễu Phàm tứ huấn*.

Sách *Liễu Phàm tứ huấn* lưu hành rất rộng, một quyển sách nhỏ này rất dễ tìm được. Chú tâm đọc kỹ, nghiên cứu thật kỹ thì quý vị có thể thấu hiểu được rõ ràng. Con người, là chúng sinh trong sáu đường, có ai lại không có dục vọng tham muốn? Có ai không muốn trở thành giàu có? Có ai không muốn được thông minh trí tuệ? Có ai không cầu được khỏe mạnh sống lâu? Đó là sự tham muốn lớn lao của chúng sinh trong sáu đường [luân hồi].

"Trong cửa Phật, có mong cầu liền có sự ứng hiện." Câu này là đúng thật, không hề hư dối. Phật dạy chúng ta ý nghĩa mong cầu có thể đạt được, dạy chúng ta phương pháp để mong cầu có thể đạt được. Nếu tu học theo đúng lý, đúng pháp, quý vị nhất định có thể được tùy tâm như ý, chỗ mong cầu của quý vị nhất định có thể đạt được. Nếu như mong cầu trái với lý lẽ, như trong đoạn này nói đến, đó là *"ác tâm chiếm đoạt"*, trái nghịch với ý nghĩa cũng như phương pháp. Ví như có đạt được, đó cũng là do trong vận mạng [nhân quả của quý vị] vốn sẵn có. Quý vị nói xem, như thế có phải oan uổng hay không? Bất quá chỉ là quý vị cố làm cho những việc sẵn có trong mạng số đạt được sớm hơn mà thôi. Ví dụ như, trong vận mạng [nhân quả] của quý vị sẽ phát tài giàu có, đến năm, sáu mươi tuổi mới giàu có. Quý vị dùng những thủ đoạn bất chính, để cho ba, bốn mươi tuổi đã được giàu có. Chỉ là sớm hơn mà thôi, chỉ có thể làm được đến như vậy mà thôi. Thế nhưng nghiệp tội mà quý vị tạo ra sẽ khiến cho những gì quý vị xứng đáng nhận được theo vận mạng [nhân quả], như sự giàu có, hoặc thông minh trí tuệ, hoặc khỏe mạnh sống

lâu, hết thảy đều sẽ bị tổn giảm rất nhiều. Trong thực tế đó là lợi bất cập hại, chỗ được không bằng chỗ mất. Chúng ta cần phải nhận hiểu sâu xa ý nghĩa này.

Chúng sinh do đâu làm việc xấu ác? Chúng sinh làm ác, xét về tình có thể lượng thứ được. Nhưng do đâu mà những người xuất gia tu học Phật pháp, thậm chí bốn chúng đệ tử đã tu hành đến già trong cửa Phật, vẫn không thể dứt ác tu thiện, vẫn như cũ biết là tội lỗi mà cố phạm vào, nguyên nhân việc ấy nằm ở đâu?

Chúng ta suy ngẫm thật kỹ, hết thảy đều là do trong a-lại-da thức từ vô lượng kiếp đến nay đã huân tập những tập khí xấu ác, [giờ đây] thúc giục gây họa. Những tập khí xấu ác này, chính là [khuynh hướng] tự tư tự lợi, xúi giục chúng ta dù biết là tội lỗi vẫn cố phạm vào, tạo ra nghiệp tội sâu nặng hơn, tự mình không hề tỉnh giác biết được, đến khi quả báo hiện tiền thì hối hận không còn kịp nữa. Nhưng chúng ta vẫn thường xao lãng quên đi sự nhanh chóng của quả báo hiện tiền, một khi hơi thở này không quay vào, đó là quả báo hiện tiền, quý vị nói xem thật đáng sợ biết bao!

Chúng ta làm sao đối phó với tập khí xấu ác của chính mình? Cần phải nhìn nhận thấy biết thấu đáo. Sáng sớm hôm qua tôi có giảng với quý vị, hỗ trợ quý vị một phương pháp để nhận thức thấu đáo. Phương pháp thì có rất nhiều, tôi chỉ nêu lên một ví dụ tiêu biểu để nói, để chứng minh rằng việc hết thảy chúng sinh bám chấp thân thể này cho là tự ngã, nhất định là sai lầm. Trong cái thân tướng này hiện nay, chúng ta thực sự không thể nắm bắt, vì sao phải vì cái thân tướng không thể nắm bắt này mà tạo tác vô lượng vô biên tội nghiệp? Thân tướng này là [công cụ] của ngã, không phải là ngã. Hết thảy chúng sinh mê hoặc, căn bản của sự mê hoặc chính là ở chỗ này, bám chấp vào thân tướng này cho đó là ngã. Chúng ta phải làm sao trừ bỏ được sự mê hoặc này, soi sáng được sự mê muội này. Khi nào quý vị tìm ra được bản ngã chân thật thì quý vị chính là Pháp thân Đại sĩ, quý vị chính là chư Phật Như Lai. Trong Thiền tông thường nói đến *"mặt mũi xưa nay khi cha mẹ chưa sinh"*, mặt mũi xưa nay đó chính là chân ngã, hết thảy những thứ khác đều là thuộc về ngã, không phải ngã. Chúng ta phải phân biệt rõ ràng được điều này.

Những thứ thuộc về ngã, đó là công cụ, phương tiện. Trong kinh điển Đại thừa Phật nói đến sáu căn: mắt, tai, mũi, lưỡi, thân, ý. Năm căn trước thuộc về vật chất, cuối cùng là ý thuộc trong tâm. Trong cả thân tâm ấy đều không có ngã. Có triết gia phương Tây nói: *"Tôi tư duy nên tôi hiện hữu."*[1] Ông này cũng đã biết là trong vật chất không có ngã. Vậy cái gì là ngã? [Ông cho rằng] ngã có thể suy tưởng, ngã có thể tư duy, sự tư duy, nghĩ tưởng đó chính là ngã. Kỳ thật như vậy vẫn là sai lầm. Tư duy là gì? Là tư duy của ta, là nghĩ tưởng của ta, vẫn là những thứ thuộc về ngã, không phải ngã.

Nói cách khác, chúng ta hôm nay nhận rõ, từ trong hiện tượng vật chất, từ trong hiện tượng tinh thần, đều không tìm được ngã. Vật chất, tinh thần đều là những thứ thuộc về ngã, không phải ngã. Hôm qua tôi có nói rõ với quý vị đồng học, trừ bỏ được hết những thứ thuộc về ngã thì chân ngã liền hiện tiền, chân tướng liền hiển lộ ra.

Vậy thực sự ngã là gì? Là hết thảy chúng sinh trong các pháp giới cùng khắp hư không, đó là chân ngã. Chúng ta xem trong rất nhiều thư tịch của các tôn giáo, cũng thấy được ý nghĩa đó. Chân ngã chỉ có một, họ gọi đó là Chúa sáng tạo, là thần thánh. Trong Phật giáo gọi là tự tính, gọi là pháp thân, đó là ngã. Từ cái ngã này biến hiện ra vô lượng vô biên hết thảy chúng sinh, hư không pháp giới đều là thuộc về ngã.

---

[1] Triết gia nói ra câu này là René Descartes, người Pháp, sinh năm 1596 và mất năm 1650. Ông đã sử dụng tiếng La-tinh để diễn đạt là: "Cogito, ergo sum", dịch nghĩa là "Tôi tư duy, nên tôi tồn tại."

Ngã đã là một, những gì thuộc về ngã đều là từ nơi ngã biến hiện ra, quý vị suy ngẫm xem, vậy hết thảy các pháp sao có thể không bình đẳng? Nhà Phật nói: *"Pháp giới chân thật bình đẳng, không Phật, không chúng sinh."* Nói *"không"* đó là không vọng tưởng, không phân biệt, không bám chấp. Lìa bỏ hết thảy vọng tưởng, phân biệt, bám chấp, chân tướng mới hiển lộ hiện tiền.

Nhà Phật nói thiện ác, tiêu chuẩn rốt ráo [để phân biệt] chính ở chỗ này. Tương ưng phù hợp với đức của tự tính là thiện, trái nghịch với đức của tự tính là ác. Tương ưng phù hợp là gì? Là giác ngộ. Trái nghịch là mê. Thông thường chúng ta nói *dứt ác tu thiện*, đó là đối với người mới học, chưa phải rốt ráo. Pháp rốt ráo phải nói là *chuyển mê khai ngộ*. Mê, đó là ác. Ngộ, đó là thiện. Giáo dục của nhà Phật từ khởi đầu đến kết thúc không hề xa lìa nguyên tắc này, không hề xa lìa mục tiêu này. Cho nên, đó là nền giáo dục chí thiện, viên mãn.

Nếu thực sự chuyển mê thành ngộ, hết thảy những điều ác nói đến trong *Cảm ứng thiên* đều tiêu tan hết sạch, hết thảy những điều thiện nói đến trong *Cảm ứng thiên* đều tự nhiên trọn đủ. Điều này trong quá khứ các bậc tổ sư, đại đức của Giáo tông thường nói là, phải tu tập từ căn bản. Căn bản chính là mê ngộ.

Hình tướng của mê ngộ, khi giảng kinh tôi vẫn thường chỉ rõ. Một niệm khởi sinh vì bản thân mình, đó là mê. Một niệm khởi sinh vì hết thảy chúng sinh trong pháp giới, đó là ngộ. Vì bản thân là việc riêng, vì chúng sinh là việc chung. Vì việc chung bỏ việc riêng, đó là người giác ngộ. Nếu trong lòng còn một mảy may ý niệm riêng tư, đó là chưa giác ngộ, chưa phải giác ngộ rốt ráo, chưa phải giác ngộ viên mãn.

Mê thì từng phần suy giảm, ngộ thì từng phần tăng thêm. Cho nên trong Phật pháp Đại thừa mới nói Bồ Tát có năm mươi mốt giai vị. Năm mươi mốt giai vị là từ chỗ [mê ngộ] này mà có. *Tứ quả, tứ hướng*[1] trong Tiểu thừa cũng từ chỗ [mê ngộ] này mà có. Cho nên chúng ta nhất định phải biết được chân tướng sự thật này.

Thực sự giác ngộ rồi, nhà Phật gọi đó là theo nguyện lực tái sinh. Khi mê là nghiệp lực, bị nghiệp lực làm chủ sai khiến. Khi ngộ là do nguyện lực, nguyện lực làm chủ tức là tự tại. Chúng ta vận dụng công cụ [thân thể] này thành tựu vô lượng vô biên công đức, cũng không bám chấp vào hình tướng công đức. Khi mê thì công cụ [thân thể] này tạo vô lượng vô biên nghiệp tội, có thể thấy rằng điểm then chốt đều do nơi mê ngộ. Khi mê, đối với chân tướng sự thật mịt mờ không rõ biết. Khi ngộ, đối với chân tướng nhân sinh vũ trụ đều rõ ràng sáng tỏ, tự nhiên chuyển ác thành thiện.

---

[1] Tứ quả hay Tứ thánh quả là: Tu-đà-hoàn, Tư-đà-hàm, A-na-hàm và A-la-hán. Giai đoạn chuẩn bị trước khi chứng quả gọi là Hướng, như Hướng Tu-đà-hoàn... Chứng đắc rồi thì gọi là quả, như Quả Tu-đà-hoàn... Do đó phân ra thành Tứ hướng và Tứ quả.

Bài giảng thứ 154

(Giảng ngày 2 tháng 2 năm 2000 tại Tịnh Tông Học Hội Singapore, file thứ 155, số hồ sơ: 19-012-0155)

Thưa quý vị đồng học, cùng tất cả mọi người.

Đoạn thứ 87 trong *Cảm ứng thiên*: *"Lỗ lược trí phú"* (Cướp bóc để làm giàu), mọi người đã hiểu rõ. [Bây giờ nói tiếp câu:] *"Xảo trá cầu thiên."* (Xảo trá cầu thăng chức.)

"Thiên" (遷) có ý nghĩa gì? Hiện nay gọi là thăng quan tiến chức, được chức vụ, địa vị cao hơn. Đó gọi là *"thiên"* (遷). [Đây muốn nói việc] người mưu cầu những chức vụ, địa vị ấy mà dùng thủ đoạn bất chính. Trong xã hội hiện nay, những trường hợp như vậy rất nhiều. Bất kể là trong cơ cấu quốc gia hay các công ty tư nhân, chúng ta đi đến đâu cũng nghe nói, thậm chí là nhìn thấy việc sử dụng thủ đoạn bất chính để mưu cầu chức vụ, địa vị cao hơn.

Năm xưa khi tôi ở Đài Bắc, có một quan chức trong Bộ Giáo Dục cũng là bằng hữu của tôi, là tín đồ Phật giáo thuần thành. Một hôm, ông ấy đến nói với tôi, trong Bộ Giáo Dục có một đơn vị thiếu người chủ quản, ông ấy có đủ tư cách để ra tranh chức vụ ấy. Ông ấy hỏi tôi xem có nên tranh lấy chức vụ này hay không. Tôi hỏi lại ông ấy: "Ông tranh chức vụ ấy với mục đích gì?" Ông ấy đáp: "Không gì khác hơn là muốn vì đất nước, vì xã hội đóng góp được nhiều hơn một chút." Tôi nói: "Ông có tấm lòng như vậy thì có thể ra tranh [chức vụ ấy]. Nếu như chỉ mong được thăng quan phát tài thì dù được địa vị cao như thế, bổng lộc nhiều như thế, thậm chí rồi cũng sẽ làm chuyện sai trái, thu nhập không vừa lòng ắt sẽ nhận hối lộ, như vậy thì không nên tranh lấy, nếu ông cố tranh là sai trái."

Ông ấy nghe tôi nói vậy rồi thì tích cực ra tranh chức vụ ấy. Sau đó, ông không tranh được, đến nói với tôi. Tôi nói, ông không tranh được [chức vụ ấy] cũng tốt. Vì sao vậy? Ông ít phải lo lắng, ít phải bận rộn nhọc nhằn. Nếu tranh được thì hết lòng hết sức vì quốc gia, vì xã hội mà làm việc. Nếu tranh không được thì bản thân mình được nhàn rỗi tự do, đâu có gì là không vui? Thế nhưng cơ hội ấy ông không thể bỏ qua. Nếu ông không ra tranh chức, đó là ông tiêu cực. Như vậy biểu thị điều gì? Biểu thị rằng tấm lòng vì xã hội phục vụ của ông không thiết tha. Ông ra tranh chức nhưng không tranh được, ông hết sức thoải mái, vì duyên không thành thục, vui vẻ được thanh nhàn tự tại.

Người tôi nói đó là tiên sinh Triệu Phúc Sùng, hiện nay đã sớm về hưu, sống tại Sacramento thuộc bang California, [Hoa Kỳ].

Chức vụ, địa vị không dễ nắm giữ. Người xưa nói: *"Không dễ ngồi ghế quan."* Nắm giữ chức vụ, quý vị phải có trách nhiệm, phải hết lòng với phận sự, làm thật tốt công việc của mình. Quý vị làm được thành tựu, có thành tích, cấp trên của quý vị nhìn thấy được thì tự nhiên sẽ đề bạt quý vị, dựa theo công trạng của quý vị mà thăng chức, dựa theo phẩm chất, kinh nghiệm của quý vị mà thăng chức. Như vậy là hợp lẽ thường. Nếu như dùng mưu này chước nọ để gây chướng ngại cho đồng nghiệp, thậm chí đả kích đồng nghiệp, chuyện như vậy từ xưa đến nay khắp nơi đều có, chúng ta trong quá khứ cũng đã từng làm qua những việc như vậy, cũng từng tự mình trải nghiệm rồi, những việc như vậy đều là tạo tác tội ác hết sức nặng nề.

Người khác nếu thực sự bị ta làm chướng ngại, đó vẫn là do trong vận mạng [nhân quả] của họ không sẵn có. Nếu vận mạng họ sẵn có, sự chướng ngại của quý vị không có tác dụng. Vận mạng của họ không có, quý vị dù muốn giao [chức vụ] cho, họ cũng không thể nhận được. Ý nghĩa này rất sâu xa, không mấy người hiểu được.

Ví như người đọc thuộc sách *Liễu Phàm tứ huấn*, đọc thuộc *Cảm ứng thiên*, nhưng khi gặp việc trong thực tiễn vẫn không tự chủ được, nguyên nhân là tại đâu? Là vì những tập khí xấu ác như thị phi, nhân ngã, tham sân si mạn chưa dứt trừ được, nên khi gặp việc trong thực tiễn vẫn là [hành xử] theo tập khí xấu ác của mình, không theo những lời răn dạy của thánh hiền. Như vậy không phải là người tu hành.

Người tu hành thì mức độ thấp nhất cũng phải buông bỏ được tự tư tự lợi, thị phi nhân ngã, tham sân si mạn. Dù chỉ miễn cưỡng buông bỏ cũng tốt. Có người tu hành nào bước đầu lại không phải miễn cưỡng tự chế mình? Tùy thuận thánh giáo, trải qua một thời gian sẽ thành khuynh hướng tự nhiên, trong đó công phu của quý vị cũng thành hiệu quả, cảm nhận được không phải hoàn toàn miễn cưỡng. Khi đạt đến công phu hiệu quả liền sinh khởi pháp hỷ, đó gọi là pháp hỷ sung mãn. Thế nhưng ngay lúc ban đầu nếu không qua cửa ải khắc phục tự kỷ thì quý vị quyết định không làm được. Nói cách khác, công phu của quý vị vĩnh viễn không thành tựu hiệu quả, vĩnh viễn vẫn tùy thuận tập khí phiền não. Nhìn thấy người khác đạt được lợi ích, được thăng chức, được địa vị cao, được vinh dự, sự ganh ghét đố kỵ của quý vị vẫn không dứt được. Những lúc đó chúng ta phải tự mình cảnh tỉnh, phải có sự cảnh giác cao độ, nếu vẫn có những ý niệm [phiền não như vậy] khởi sinh, dù tự mình lập tức nhận biết cũng vẫn tạo thành tội nghiệp. Tuy không có hành động gì, những ý niệm ấy vẫn tạo thành tội nghiệp, là ý nghiệp. Đến khi nào nhìn thấy người khác được tốt đẹp vẻ vang, người khác được lợi ích thì chúng ta khởi tâm hoan hỷ mừng vui, người khác gặp khó khăn khốn khó thì chúng ta khởi tâm thương xót, như vậy thì công phu tu tập mới thực sự thành tựu hiệu quả, ý niệm của quý vị mới thực sự được chuyển hóa.

Chuyển hóa đó, không phải chỉ là chuyển nơi cửa miệng, mà là từ trong tâm địa, từ trong hoàn cảnh thực tiễn mà chuyển hóa, tâm địa phải chân thành chính trực. Vì hết thảy chúng sinh phụng sự cũng đều là duyên phần. Duyên phần chưa đến thì phải thong thả chờ đợi. Nhà Phật thường nói: *"Phật không độ người không có duyên."* Chư Phật Như Lai mà còn như vậy, chúng ta sao có thể gấp gáp?

Cơ duyên [hóa độ] rất phức tạp, về phía chư Phật, Bồ Tát thì hoàn toàn không có chướng ngại, chướng ngại là ở nơi chúng sinh. Chúng ta phải hiểu rõ được, phải nhận biết sáng tỏ, hết thảy đều là do cơ duyên của chúng sinh chưa thành thục. Cho nên, chúng ta thấy các bậc đại đức xưa vì ta nêu gương, lúc cơ duyên chưa thành thục thì quay về tu tập củng cố tự thân. Nho gia cũng nói, khi cơ duyên chưa thành thục thì *"độc thiện kỳ thân"* (riêng lo hoàn thiện bản thân mình), tu tập củng cố tự thân mình. Khi cơ duyên thành thục thì *"kiêm thiện thiên hạ"* (làm cho khắp thiên hạ được tốt đẹp), vì người trong thiên hạ phụng sự, đó gọi là *"kiêm thiện thiên hạ"*. Chư Phật, Bồ Tát cũng đều như vậy. Khi cơ hội đến, trong Phật pháp chúng ta dạy rằng, khi có cơ hội rất tốt, có cơ duyên rất tốt để quý vị thực hiện công việc, quý vị phải hết sức nỗ lực.

Việc cầu thăng chức, theo trong nhà Phật chúng ta mà nói đó là cầu cơ duyên, có cơ duyên vì chúng sinh phụng sự, để cống hiến nhiều hơn. Chúng ta cũng cầu, cũng thường thường cầu chư Phật, Bồ Tát gia trì, giúp chúng ta có được cơ hội để hết lòng hết sức vì Phật pháp, vì chúng sinh, vì xã hội phụng sự. Thế nhưng chúng sinh phải có phúc đức. Nếu lúc đó chúng sinh không có phúc đức, họ liền gặp chướng ngại. Cho nên, nhân duyên như vậy hết sức phức tạp, không phải chuyện đơn thuần. Khi cơ duyên chưa thành thục, tự mình lo tu dưỡng hoàn thiện bản thân, nâng cao cảnh giới của chính mình, đợi cho đến lúc nhân duyên thành thục. Trong thời gian chờ đợi ấy, chúng ta cũng có thể dùng một chút phương tiện khéo léo, thúc đẩy nhân duyên sớm thành thục. Thúc đẩy như vậy là gì? Thúc đẩy đó là tăng thượng duyên, là thuận duyên. Chư Phật, Bồ Tát giáo hóa chúng sinh từ vô lượng kiếp đến nay, phương pháp mà các ngài đã dùng, chúng ta cần phải chú tâm quan sát kỹ, phải khéo léo học tập.

Nói chung, bất kể là pháp thế gian hay Phật pháp, hết thảy đều phải lấy sự chân thành để đối đãi với người, tiếp xúc muôn vật. Chư Phật, Bồ Tát vì chúng ta thị hiện đức hạnh, tóm lại đều là mỗi ngày sửa lỗi, mỗi ngày phản tỉnh. Mỗi ngày đều sửa lỗi, từ lúc mới phát tâm cho đến khi đạt quả vị Như Lai, mỗi ngày đều như vậy. Bồ Tát [đến địa vị] Đẳng Giác cũng vẫn mỗi ngày phản tỉnh, kiểm điểm, sửa lỗi, tự làm thanh tịnh chính mình, cho nên các ngài có thể trọn thành Phật đạo.

Chúng ta ngày nay công phu không thành tựu hiệu quả, chính là do ở tầng bậc này đã xao nhãng xem thường, không thực sự phản tỉnh, không thực sự sửa lỗi. Các bậc đại đức xưa thường nói: *"Nhân phi thánh hiền, thục năng vô quá?"* (Người chưa thành bậc thánh hiền, sao có thể không phạm lỗi?) Trong Phật pháp nói rằng, người không phải Phật, đến như Bồ Tát Đẳng Giác cũng vẫn còn có lỗi lầm. So với người đời mà nói, [các ngài] lại càng phải nghiêm túc hơn, phải [sửa đổi] triệt để hơn.

Cho nên, chúng ta đọc chú giải kinh Hoa Nghiêm của [Đại sư] Thanh Lương, Lý trưởng giả, các ngài vì chúng ta nói rõ, trong Phật pháp bất kể là Đại thừa hay Tiểu thừa, bất kể là Thiền tông hay Giáo tông, Hiển giáo hay Mật giáo, khi nói đến cương lĩnh tu hành chung thì đều là sám hối, tiêu trừ nghiệp chướng mà thôi. Câu này rất có ý nghĩa.

Sám hối tiêu trừ nghiệp chướng, kinh Kim Cang dạy là: *"Lìa hết thảy các tướng"*, đó là dứt trừ hết thảy mọi việc xấu ác, *"bố thí cúng dường"*, đó là tu tập hết thảy mọi việc lành. Nếu muốn hỏi về pháp tu hành trong nhà Phật thì trong hai câu có thể bao quát hết. Một là *"sám hối tiêu trừ nghiệp chướng"* và hai là *"rộng tu pháp cúng dường"*. [Hai câu] như vậy là bao quát hết. Đích thật là từ lúc mới phát tâm cho đến khi đạt địa vị Như Lai, bất kể là pháp môn nào, bất kể là tông phái nào, đây vẫn là cương lĩnh chung, nguyên tắc chung của sự tu học.

"Xảo trá cầu thăng chức", nhìn qua thì biết ngay đó là phàm phu, là chúng sinh điên đảo mê hoặc, cho nên mới làm việc như thế. Người thực sự giác ngộ, thực sự sáng tỏ, nhất định không làm những việc như vậy. Thực sự vì xã hội, vì chúng sinh phụng sự, nhà Phật dạy là bố thí cúng dường, thì dù ở vị trí, thân phận nào cũng đều có thể làm được, không nhất định phải có địa vị cao, phải có quyền thế. Người không có địa vị, không có quyền thế cũng có thể làm được như thường.

Vào thời xưa, người Trung quốc đi học đọc sách Quốc văn đều có đọc qua chuyện Vũ Huấn. Vũ Huấn là một người ăn mày. Ăn mày cũng có thể làm được thánh nhân, ăn mày cũng có thể thành Phật, Bồ Tát. Ông mỗi ngày đi ra ngoài xin, được chút tiền nào đều gom góp cất giữ từng chút một, [cuối cùng dùng tiền đó] xây dựng được không ít trường học. Theo trong nhà Phật chúng ta mà nói, người ăn mày này chính là Phật, là Bồ Tát, chẳng phải người phàm. Theo trong cách nhìn của Nho gia thì đây là bậc thánh hiền, không phải người thường.

Do đó có thể biết rằng, cần gì phải tranh giành lấy địa vị xã hội? Người đời hiện nay nói chuyện tranh giành, ganh đua, cạnh tranh nhau, so với văn hóa Trung quốc hoàn toàn khác biệt. Văn hóa Trung quốc dạy *"nhường nhịn"*, lẽ nào lại có chuyện tranh giành? Quý vị đọc sách Quốc văn đã biết qua chuyện Hứa Do vào thời Thượng cổ. Người ta muốn mời ông ra làm vua, ông vừa nghe biết chuyện liền lập tức trốn vào trong rừng sâu núi thẳm sống ẩn dật. Người hiện nay muốn tranh giành lấy, ông ấy thì không cần. Vì sao không cần? Vì trách nhiệm rất nặng nề, cương vị này làm không tốt là không thể được. Nếu làm được tốt, đó là bổn phận của quý vị; nếu làm không tốt, đó là tội lỗi. Cho nên việc này bình tâm suy xét, dù nỗ lực hết sức cũng không dễ đạt được gì.

Vào thời Tam quốc có [Khổng Minh] Gia Cát Lượng, cũng đợi [Lưu Bị] ba lần tìm đến lều tranh của ông mới chịu ra giúp việc. Quý vị nghĩ xem, đó mới là những người thực sự có học, thực sự rõ biết lý lẽ. *"Không giữ địa vị thì không mưu tính việc chính trị."* Không giữ địa vị, tự thân mình được sống tiêu dao tự tại; một khi có chức vụ, địa vị thì lại phải hết lòng tận tụy, đến chết mới thôi.

Dù là chức vụ, địa vị trong thế gian hay xuất thế gian cũng đều không dễ tranh giành. Đối với người xuất gia chúng ta, [những địa vị] trụ trì các chùa, tự viện, hoặc chấp sự, há lại dễ tranh lấy hay sao? Các chức vị như trụ trì, phương trượng, so ra còn khó được làm hơn cả chức tổng thống. Điều đó là thật, chẳng phải giả. Chủ trì Chánh pháp, giáo hóa một vùng, chức trách của quý vị là phải giáo hóa chúng sinh trong một vùng đó dứt ác tu thiện, phá mê khai ngộ, lìa khổ được vui. Đó là trách nhiệm phải gánh vác trên vai quý vị. Nếu quý vị không có khả năng làm được, quý vị lại giữ lấy chức vụ, đó là phải đọa lạc, việc này há lại dễ làm sao?

Đại sư Ấn Quang suốt một đời không làm trụ trì, điều đó có ý nghĩa gì? Là nói cho chúng ta biết, chức trách ấy không dễ làm nổi. Làm mà không tốt thì tội lỗi thật quá lớn. Y theo trong giới luật của Phật pháp mà nói, đó là tội đọa vào địa ngục, là tội nghiệp nặng nề nhất. Nếu làm tốt được thì vô lượng công đức. Vị trụ trì hay phương trượng [một ngôi chùa] cũng giống như Hiệu trưởng của một ngôi trường. Quý vị có thể làm cho ngôi trường đó hoạt động tốt thì lợi ích chúng sinh trong cả một vùng.

Cho nên, ý nghĩa câu *"xảo trá cầu thăng chức"* thật sâu rộng không giới hạn, chúng ta cần phải chú tâm nhận hiểu. Hôm nay thời gian đã hết, chúng ta giảng đến đây thôi.

Bài giảng thứ 155

(Giảng ngày 9 tháng 2 năm 2000 tại Tịnh Tông Học Hội Australia, file thứ 156, số hồ sơ: 19-012-0156)

Thưa quý vị đồng học, cùng tất cả mọi người.

Mời xem *Cảm ứng thiên*, đoạn thứ 88, phần này trong bản văn cũng chỉ có tám chữ: *"Thưởng phạt bất bình. Dật lạc quá tiết."* (Thưởng phạt không công bằng. Tham vui quá tiết độ.)

Phần này nói hai việc. Trong chú giải nói rất rõ ràng: *"Thất khinh thất trọng"* (Đánh giá nặng nhẹ không đúng.) *"Thất"* là sai lầm, lầm lỗi, đây là nói chuyện "thưởng phạt". *"Có chút sai sót liền không công bằng."* Chuyện thưởng phạt phải cố sao cho hết sức công bằng, quả thật cũng không dễ dàng. Tiêu chuẩn [của sự công bằng] này, trong pháp thế gian là pháp luật, trong Phật pháp là giới luật. Thế nhưng người nắm cán cân pháp luật, không những phải biết rõ luật, còn phải hiểu rõ lý lẽ, còn phải thông đạt tình thường. Cho nên, đối với cả ba mặt *tình, lý* và *pháp*, quý vị đều thấu triệt thì mới có thể làm được trọn vẹn đầy đủ. Nếu không được vậy, thật không dễ dàng làm được trọn vẹn đầy đủ, chỉ hơi sai lệch lầm lẫn một chút đã là không công bằng.

Về việc không công bằng, tiếp theo có mấy câu nói hết sức nghiêm trọng: *"Công lý không tồn tại thì lòng người không phục."* Lòng người không phục, vì *"đã không tuyên dương kẻ có công, trừng phạt người có tội, ngược lại còn tích chứa oán thù, chuốc lấy tai họa"*. Câu này nói rất nặng nề, nói rất đúng sự thật. Chúng ta xem lại trong lịch sử xưa nay ở khắp mọi nơi, đặc biệt là chuyện hưng vong của các triều đại, chuyện mất còn của đất nước, vào những thời điểm đó thật hết sức rõ ràng. Người lãnh đạo bên trên *"thưởng phạt không công bằng"* nên khơi dậy, thúc đẩy sự oán hận của người dân, cuối cùng đi đến mức không thể nào quy tụ người dân được nữa.

Trong phạm vi nhỏ là một gia đình, một tập thể nhỏ, như ngày nay là một công ty, một cửa hàng, quý vị đối với nhân viên đều có sự khen thưởng, trừng phạt. Nếu có thể hết sức công bằng, nhân viên bên dưới nhất định đối với quý vị hết sức vui lòng nể phục, có thể trung thành với quý vị, hết sức vì quý vị. Nếu như thưởng phạt không công bằng, dựa vào sự yêu ghét của riêng mình, lấy đó làm tiêu chuẩn để khen thưởng hay trừng phạt, lòng người sẽ không phục, cuối cùng nhất định rồi họ sẽ phản bội, bỏ đi.

Cho nên bất kể là sự nghiệp lớn hay nhỏ, lâu dài hay tạm bợ, nếu muốn làm tốt việc này cũng không dễ dàng, phải là học vấn rất lớn lao. Không chỉ là học vấn, hơn nữa còn phải có kinh nghiệm lịch duyệt, phong phú. Chúng ta bình thường đối đãi với người, tiếp xúc muôn vật, một điểm này không thể không nỗ lực học tập. Phật pháp trong việc hoằng pháp lợi sinh cũng không thể lìa xa nguyên tắc này.

Thế nhưng hiện nay chuyện đời so với thời xưa khó khăn hơn nhiều. Người thời xưa đều có cơ duyên tiếp nhận qua sự giáo dục của thánh hiền, ngày nay gọi là người có học thức, có giáo dục, đọc sách hiểu lý lẽ. Nói cách khác, đối với hết thảy nhân tình sự lý, so ra họ đều thông đạt, đều [nhận thức] khách quan, nên người với người sống chung rất dễ dung hợp. Xã hội hiện đại không phải như vậy. Nền giáo dục nhân văn, luân lý, đức hạnh, có thể nói là đã bị vất bỏ, mọi người chúng ta đều tiếp nhận nền giáo dục theo chủ nghĩa vị lợi của phương Tây, cho nên đối với tình người thật hết sức xem nhẹ, hết sức nhạt nhẽo. Không chỉ là đối với người ngoài, mà cho đến cha, con, anh, em của mình cũng hết sức nhạt nhẽo, hết sức xem nhẹ. Trong xã hội hiện đại này chúng ta nhìn thấy được rất nhiều.

Thí dụ như chuyện tranh giành di sản, di sản phân chia không công bằng thì kéo nhau ra trước tòa án. Chuyện như vậy chúng ta vẫn thường nghe nói, vẫn thường nhìn thấy. Vào thời xưa rất khó gặp những chuyện như vậy, hiện nay thì đã là chuyện bình thường, rất thường gặp. Vào thời xưa, như vậy là đại bất hiếu, đại bất kính, người hiện nay nào đâu hiểu được?

Trong đạo trường của người xuất gia, Lão Hòa thượng viên tịch cũng để lại một số sản nghiệp, thế là các đệ tử cũng tranh giành nhau không thể nhường nhịn. Đôi bên tranh giành nhau, cũng đưa nhau ra trước tòa án. Điều này trong lịch sử quá khứ chưa từng nghe nói đến. Anh em tranh nhau tài sản, trong lịch sử hiếm hoi cũng vẫn có, nhưng người xuất gia tranh giành nhau, trong lịch sử không hề có. Thế nhưng ngày nay chúng ta vẫn thường nghe nói, vẫn thường nhìn thấy. Điều này thật hết sức đáng buồn.

Lòng người có sự bất bình, tích chứa oán hận, khi phát tác ra thì đó là tai họa nguy hại. Cho nên việc này chúng ta không thể không lưu ý, không thể không lưu tâm cẩn thận trong sự đối đãi.

Câu tiếp theo là *"Dật lạc quá tiết"* (Vui chơi quá tiết độ), đây là nói việc hưởng thụ dục lạc. Con người, có người nào mà không mong cầu được hưởng thụ? *"Lạc"* đó là nói ham muốn lớn của con người, là dục vọng. Trong phần tiểu chú nói rất rõ, trích dẫn một câu trong thiên Khúc lễ, sách Lễ ký: *"Kinh Lễ nói, vui không thể đến mức cùng cực, lòng dục không thể buông thả chạy theo."* Đó là lời răn dạy của thánh hiền. Thụ hưởng niềm vui phải có sự tiết chế, vừa phải, không được quá mức. Quá mức thì thế nào? Vui đến hết mức thì sinh buồn. Hệ quả này là sự tương phản, cho nên nhất định phải hiểu rõ sự tiết chế.

Con người có dục vọng, không thể buông thả chạy theo,

không thể bỏ mặc, bỏ mặc là tai họa sẽ đến. Tiếp theo còn dẫn hai câu trong sách Quốc ngữ: *"Dân khó nhọc thì nghĩ đến việc thiện, nhàn rỗi liền nghĩ đến chuyện dâm đãng, vậy nên chẳng mong dân được nhàn rỗi."* Hai câu này nói rất hay. Dân khó nhọc, là nói khó khăn cực nhọc, đời sống gặp nhiều khổ sở, như vậy thì tâm ý họ lại quay sang thay đổi, hướng về điều thiện, khuyên làm việc thiện thì họ rất dễ dàng tiếp nhận. Vì sao vậy? Vì họ đã nhận chịu, trải qua kinh nghiệm khổ nhọc.

Cho nên, trong xã hội hiện tại này, đặc biệt là ở những quốc gia khai phóng, phát triển, việc khuyến thiện hết sức khó khăn. Người ta không chịu tiếp nhận. Đời sống của họ mỗi ngày đều hết sức tự do, hết sức sung sướng khoái lạc. Cho nên ở những vùng còn chưa khai hóa, chậm phát triển, người dân sống rất khổ nhọc, đời sống hết sức khó khăn, khuyên họ dứt ác làm thiện họ có thể nghe rồi làm theo. Vì sao vậy? Những điều mình nói ra chính là những gì hiện nay họ đang gặp phải. Họ suy ngẫm thấy hữu lý, cho nên có thể nghe theo.

Vì sao giáo pháp của Phật-đà, ở những nước phát triển trên thế giới, chúng ta đến tuyên dương thuyết giảng rất khó đạt được hiệu quả? Ý nghĩa chính là ở chỗ này. So với những nơi người dân có đời sống nghèo khổ khốn cùng thì ngược lại rất dễ tiếp nhận. Đây chính là điều mà người xưa nói, những nước đã phát triển chính là *"vui đến hết mức thì sinh buồn"*, còn ở những vùng nghèo khó thì *"khổ hết vui liền đến"*. Như vậy đâu phải là không hữu lý.

Cho nên, đức Phật thuyết pháp hết sức khéo léo, trước tiên nói quả, sau mới nói đến nhân. Nhân là quả mà hiện tại quý vị đang lãnh chịu, nên vừa nói đến là quý vị lập tức có thể nhận hiểu được. Vì thế, nguyên tắc thuyết pháp của đức Phật là nói *"khổ, tập, diệt, đạo"*, sau đó mới vì quý vị phân tích khổ từ đâu mà có? Quý vị liền có thể nghe xong làm theo.

Ngược lại như đối với các nước Âu Mỹ ngày nay đã phát triển, quý vị giảng với họ về khổ, họ không nhận hiểu được. Họ nhận thức về đời sống rất tự do, rất hạnh phúc, nên họ nghe rồi không làm theo.

Cũng giống như vậy, người xuất gia chúng ta là những pháp sư, đi ra ngoài giảng kinh thuyết pháp, phải nói pháp phù hợp với căn cơ. Chỗ này không thể không lưu ý. Cho nên đối với người giàu có, chúng ta thuyết pháp với họ, phải khuyên họ tích đức tu thiện, bởi vì điều này đối với họ rất dễ làm, họ sẵn có khả năng đó, có thể làm nhiều việc tốt, giúp đỡ nhiều hơn cho những người đang khó khăn khổ sở, bố thí ân đức nhiều hơn. Thuyết pháp như vậy so ra là dễ dàng phù hợp căn cơ. [Sau đó] giảng rõ về phúc lạc từ đâu mà có. Quý vị ngày nay được hưởng phúc, ngày nay được giàu sang, có địa vị, đó là trong quá khứ đã từng tu tập gieo nhân như vậy, cho nên đời này có được quả báo như vậy. Thế nhưng quả báo hưởng rồi sẽ hết, nếu như không tiếp tục tu tập, gieo nhân lành, quý vị hưởng hết rồi sẽ không còn nữa.

Đối với những người đang gặp khó khăn khổ sở, chúng ta gặp họ thì trước tiên phải thực hiện những hành động cứu giúp. Họ thiếu ăn thiếu mặc, chúng ta trước hết phải giúp đỡ, hỗ trợ họ, sau đó mới từ từ dạy bảo, dẫn dắt. [Dạy cho họ biết] làm thế nào để thay đổi phẩm chất cuộc sống, làm thế nào để nâng cao tự thân mình. Giáo hóa những vấn đề như vậy có thể thu được hiệu quả tốt đẹp.

Ở đây, chú giải cũng trích dẫn một câu của Mạnh tử: *"Con người sống lo toan, chết được an vui."* Câu nói này của Mạnh tử hết sức sâu sắc, so với Phật pháp mà nói thật không hẹn mà gặp, tương hợp với nhau.

Chúng ta một đời tu phúc, tu phúc không cần hưởng phúc. Vậy phúc báo đến lúc nào được hưởng? Là khi *"chết được an vui"*. Đó là người thực sự có trí tuệ, thực sự thông minh. Phúc báo đến thời điểm lâm chung được hưởng. Thời điểm lâm chung được hưởng phúc báo gì? Được niềm vui gì? Là khi lâm chung không bệnh khổ, nhận biết sáng tỏ rõ ràng, tự biết mình sẽ đi về đâu. Đó là phúc báo chân thật. Nếu như trong một đời thọ hưởng hết phúc báo, đến lúc lâm chung mờ mờ mịt mịt không biết gì mà chết, chết rồi cũng không tự biết được mình sẽ đi về đâu, như vậy nói theo Phật pháp là sẽ đọa vào ba đường ác.

Những người sau khi chết có thể tái sinh được thân người thì vào lúc chết điềm lành rất tốt đẹp, thần trí sáng suốt rõ ràng, không điên đảo mê hoặc. Người tu tập tích lũy công đức đến mức có thể sinh về cõi trời thì thời điểm lâm chung có nhạc trời đến nghênh tiếp. Chúng ta đọc trong bút ký của người xưa thấy có rất nhiều trường hợp. Đó là chuyện thật, không hề giả dối.

Niệm Phật được vãng sinh thì có Phật, Bồ Tát đến nghênh tiếp. Hồi đầu năm ngoái, năm nay là năm 2000, phải tính trước đó một năm nữa, tức là năm 1998, tại Singapore có một vị được vãng sinh là Lâm Y Sinh, cũng chưa cao tuổi lắm, là tín đồ Phật giáo thuần thành. Ông ấy suốt đời hành nghề y, vì bệnh nhân phục vụ. Ông sáng lập Hội Quán Âm Cứu Khổ, chính ông làm Hội trưởng. Vào thời điểm lâm chung, ông nói với cư sĩ Lý Mộc Nguyên rằng ông muốn gặp tôi nhưng không còn đủ sức. Lý cư sĩ đến bảo tôi, tôi nói ông ấy không cần phải đến, tôi đến thăm ông ấy cũng tốt. Tôi mang đến tặng ông ấy xâu chuỗi niệm Phật, tặng ông ấy tượng Phật. Đại khái là sau khi tôi đến thăm khoảng hơn một tuần thì ông ấy mất. Lúc ra đi hiện điềm lành hiếm có. Một số bạn đồng tu ở quanh ông ấy trợ niệm, nghe ông ấy nói: "Tôi nhìn thấy một vầng hào quang sáng rực." Đến phút cuối cùng, ông ấy lại nói: "Tôi không nhìn thấy quý vị được nữa, tôi chỉ nhìn thấy một vầng hào quang sáng rực." Nói rồi an tường tự tại vãng sinh.

Suốt cả một đời, đó là "sống lo toan", nhưng sự lo toan đó không phải vì bản thân mình, mà là vì xã hội, vì chúng sinh, vì muôn dân phục vụ, chỉ sợ tự mình làm việc không được tốt, thực sự nỗ lực để công việc phục vụ được tốt, khi lâm chung nhất định được an vui.

Cho nên, câu nói của Mạnh tử là lời nói từ kinh nghiệm, ý nghĩa rất sâu sắc. Chúng ta phải hết sức chú tâm suy xét nghiền ngẫm, khéo léo học tập. Chỉ có như vậy mới là phúc báo chân thật. Quý vị thụ hưởng trong suốt một đời không thấy được sự chân thật này. Đến phút lâm chung ra đi thì hoang mang bối rối, mê hoặc điên đảo, đó mới là thực sự đáng tiếc. Một đời như vậy luống qua vô ích.

Bài giảng thứ 156

(Giảng ngày 11 tháng 2 năm 2000 tại Tịnh Tông Học Hội Australia, file thứ 157, số hồ sơ: 19-012-0157)

Thưa quý vị đồng học, cùng tất cả mọi người.

Mời xem *Cảm ứng thiên*, đoạn thứ 89, phần này trong bản văn cũng chỉ có tám chữ: *"Hà ngược kỳ hạ. Khủng hách ư tha."* (Khắt khe bạo ngược với cấp dưới. Khủng bố dọa nạt người khác.) Việc xấu ác nói trong hai câu này cũng là những điều chúng ta rất dễ dàng phạm vào, đa phần đều thuộc về tập khí.

Hà khắc ngược đãi cấp dưới, như thời xưa là quan lại hà khắc ngược đãi dân thường, trong gia đình thì các gia đình trung lưu, thượng lưu thường có rất nhiều nô tỳ, đối với những người ấy rất thường có sự ngược đãi, không hề nghĩ rằng những kẻ dưới đó cũng là con người, cũng là con cái của người khác.

Chúng ta sau khi học Phật, đối với việc này hiểu được sâu xa hơn. Trong quá khứ làm những điều bất thiện nên giờ đây mới chiêu cảm quả báo như vậy. Người đọc sách hiểu lý lẽ, người thực sự học Phật thì đối đãi với kẻ dưới hết sức nhân hậu, tử tế. Chúng ta từ chỗ này suy ngẫm lại, chúng ta tu học có ai mà không hy vọng trong một đời này được thành tựu, thế nhưng vì sao không thể thành tựu? Thực tế là vì không thể khắc phục phiền não của bản thân mình.

Nếu chúng ta đem những thủ đoạn hà khắc, ngược đãi người khác áp dụng với chính mình thì sự nghiệp tu tập không thể không thành tựu. Trong quá khứ cũng như hiện tại, chúng ta nhìn xem, nói chung những người có thành tựu đều đối với bản thân mình hết sức nghiêm khắc, còn đối với người khác thì có thể khoan dung tha thứ.

Trong cuộc sống thường nhật, ngủ sớm dậy sớm, đó là điều quan trọng thiết yếu trong đời sống. Chỉ có điều đời sống ở nơi đô thị so ra rất khó, nhưng cũng vẫn có người làm được. Chúng ta cũng từng thấy, sáng sớm khoảng bốn, năm giờ, tại Singapore, tại Đài Loan cũng vậy, chúng ta đi đến những công viên, trường sở công cộng, đã có rất nhiều người đến đó luyện quyền, nhiều người đến đó luyện công. Mục đích của những người ấy bất quá chỉ là để được thân thể khỏe mạnh mà thôi. Ngày trước khi tôi ở California, gần nhà tôi ở có một ông già, đại khái cũng khoảng tám mươi tuổi, mỗi ngày đều dậy sớm lúc ba giờ sáng, cùng kết bạn ra ngoài đường chạy bộ, mỗi ngày chạy khoảng một giờ rồi mới quay về, đều là vì muốn rèn luyện thân thể.

Chúng ta nói là tu hành, mỗi ngày đều lười nhác, làm sao có thể thành công? Nơi đạo trường thực sự tu hành thì Lão Hòa Thượng đối với quý vị đồng học phải có yêu cầu nghiêm khắc. Khi tôi mới học Phật, lúc đó còn chưa xuất gia, làm cư sĩ tu học với Pháp sư Sám Vân, sống trong nhà tranh ở Bộ Lý (Puli). Thuở ấy Bộ Lý vẫn còn là làng quê, chưa có thủy điện, cho nên buổi tối không có đèn điện. Pháp sư Sám Vân mua được một cái bình điện xe hơi, dùng để thắp bóng điện nhỏ, loại bóng điện nhỏ dùng trong đèn pin. Mỗi phòng dùng một ngọn đèn, trước điện Phật thì có thắp thêm nến.

Cho nên, sống trên núi ấy cứ đến tám giờ tối là đi ngủ, ba giờ sáng thức dậy. Ba giờ rưỡi chúng tôi đều công phu sáng. Công phu sáng thì mỗi người tự thực hiện. Trên núi khi ấy thời công phu sáng là lạy Phật, sáng sớm lạy ba trăm lạy, mỗi người đều tự định mức công phu cho riêng mình. Pháp sư Sám Vân đã lớn tuổi, thật ra thì lúc ấy ông chỉ mới hơn bốn mươi tuổi, ông ấy lạy Phật động tác rất thong thả. Chúng tôi lạy ba trăm lạy thì ông ấy chỉ lạy khoảng một trăm. Ở trên núi còn có Pháp sư Đạt Tông, thể hình rất tốt. Ông ấy lạy Phật so với chúng tôi nhanh hơn nhiều, lạy rất nhanh. Mỗi ngày ông ấy lạy đến một ngàn hai trăm lạy, tôi thì mỗi ngày lạy tám trăm lạy. Đó là thời khóa công phu cố định của tôi. Sau khi lạy Phật xong thì mọi người cùng nhau tụng Tam quy. Đó là thời khóa buổi sáng sớm.

Mỗi ngày quy định có hai lần tụng kinh. Khi tụng kinh thì cũng mỗi người tự tụng đọc riêng, quý vị thích tụng kinh gì, thích nghiên cứu kinh gì, tự mình chọn lấy. Nếp sống luôn giữ theo quy củ rất chặt chẽ. Nhà tranh tuy nhỏ, chỉ ở được năm người, nhưng [mọi người tu tập] rất tinh tấn, không để một ngày nào luống qua.

Nếu như có mảy may buông thả, lười nhác, sự nghiệp tu tập đương nhiên là không thể thành tựu. Cho nên, vì sao lại không nghiêm khắc ngược đãi chính mình? Việc ăn uống ngủ nghỉ càng đơn giản càng tốt. Tuy nhiên, Pháp sư Sám Vân hết sức xem trọng vấn đề dinh dưỡng, cũng không thể nói là không có lý.

Vào lúc đó tôi sống trên núi ấy làm công quả, chăm sóc cho ba vị pháp sư, một cụ già. Cụ già chính là lão cư sĩ Chu Kính Trụ, lúc ấy đã hơn bảy mươi tuổi. Tôi sống trên núi ấy để chăm sóc bốn người. Tôi sống như vậy trên núi được nửa năm, trong nửa năm đó lạy Phật hơn trăm ngàn lạy, quả thật đã có thể giúp tâm an định. Cho nên tôi có được nền tảng căn bản đó để về sau đến Đài Trung học giáo pháp. Khi học giáo pháp tại Đài Trung, mỗi ngày tôi vẫn lạy Phật ba trăm lạy. Hồi ở Bộ Lý mỗi ngày lạy tám trăm lạy, từ lúc đến Đài Trung trở về sau, mỗi ngày lạy ba trăm lạy. Lạy Phật là một cách vận động rất tốt, đối với sự khỏe mạnh của thân tâm có sự hỗ trợ rất lớn.

Cho nên, những ai muốn [tu tập] thành tựu thì nên khắt

khe, nghiêm khắc với bản thân mình, nhưng không được dùng cùng phương thức đó đối với người khác. Đối với người khác như vậy là sai lầm, tội lỗi.

Trong phần chú giải của sách Vị biên dẫn một đoạn có lời Phật dạy. Đoạn này chính là trích từ kinh *Thi-ca-la-việt*, một bộ kinh thuộc Tiểu thừa. Trước đây khi tôi ở Đài Trung có học qua kinh này.

"Phật dạy Thi-ca-la-việt, hết thảy người đời, đối đãi với kẻ ăn người ở phải chú ý năm việc."

Đó là Phật dạy chúng ta cách đối đãi với kẻ dưới mình như thế nào. Phật dạy: *"Thứ nhất, trước hết phải lưu tâm đến các nhu cầu đói no, lạnh nóng của họ, rồi sau mới sai khiến công việc."*

Điều này hết sức quan trọng thiết yếu. Trước hết phải quan tâm đến đời sống của kẻ dưới, sau đó mới có thể sai khiến họ.

"Thứ hai là khi họ có bệnh phải lo mời thầy thuốc chữa trị." Nhất định phải hết lòng hết sức giúp đỡ hỗ trợ cho họ điều trị bệnh.

"Thứ ba là không được sai lầm dùng đến đòn roi, đánh đập, cần phải tra xét sự việc rõ ràng rồi sau mới trách phạt. Việc có thể tha thứ thì nên tha thứ; không thể tha được mới phải trách phạt để dạy dỗ." Kẻ dưới mình có những lúc lầm lỗi, đó là chuyện không thể tránh được. Người ấy vì sao phải lưu lạc làm thân nô bộc? Chúng ta có thể hình dung tưởng tượng được, là vì họ không có trí tuệ, ngu si, lỗ mãng, đần độn, vậy thì khi làm việc có lý nào lại không lỗi lầm? Cho nên khi họ đã có lỗi lầm, cần phải quan sát kỹ, điều nào có thể khoan dung tha thứ được thì nên tha thứ; không thể tha thứ được thì phải dạy dỗ, không thể tùy tiện dùng đòn roi đánh đập. Đặc biệt là trong xã hội hiện tại, xã hội hiện tại này

không cần phải nói đến việc dùng đòn roi đánh đập, như vậy là quý vị phạm pháp rồi, luật pháp quốc gia không cho phép như vậy, chỉ cần lời nói, thái độ có chút nghiêm khắc thôi đều đã kết thành thù oán với đối phương. Trong xã hội hiện đại này tồn tại tâm lý báo thù, hành vi báo thù, cho nên xã hội đại loạn. Chúng ta trong việc xử sự, đối đãi với người, tiếp xúc muôn vật, không thể không hết sức lưu tâm tỉ mỉ, không thể không cẩn thận, có những lúc tai họa như thế không biết từ đâu ập đến, đó chính là do sự sơ xuất xem nhẹ của chính mình.

"Thứ tư là khi kẻ dưới mình có đôi chút tiền riêng, không được tìm cách đoạt lấy." Những kẻ dưới mình cũng có lúc tích cóp, dành dụm được đôi chút tài vật, đó là sở hữu của riêng họ, nhất định không thể cướp đoạt lấy.

"Thứ năm là khi cung cấp, phân chia món gì cho kẻ dưới đều phải công bằng, bình đẳng như nhau, không được có ý thiên vị." Khi có nhiều người giúp việc trong nhà, việc thưởng phạt phải công bằng, những thứ phân chia cho mọi người đều phải bình đẳng, như y phục, thức ăn uống, đồ dùng hằng ngày, hoặc tiền bạc, hết thảy đều phải bình đẳng, như vậy mới không dẫn đến sự bất bình, oán hận trong lòng họ.

Chúng ta đọc qua một đoạn văn này, không chỉ là áp dụng đối với thuộc hạ, cấp dưới của mình, mà hiện nay phạm vi tiếp xúc của chúng ta rất rộng, đặc biệt là trong thế kỷ này, chúng ta tỉnh táo quan sát, nói theo cách của những người nước ngoài là du nhập một nền văn hóa đa nguyên, một xã hội cùng nhau tồn tại và phát triển, thì những lời răn dạy của đức Phật chúng ta càng phải khắc ghi bền chặt trong lòng, phải y theo lời dạy vâng làm.

"Khủng bố dọa nạt", trong chú giải nói có hai loại. Thứ nhất là gặp người đang lúc nguy nan cấp bách, đã không an ủi giúp đỡ, lại cố ý giả làm ra vẻ có quyền thế đến dọa nạt

người ấy. Loại thứ hai là mưu lợi, là những việc hại người lợi mình. Trong những thủ đoạn hại người như thế thì việc khủng bố, dọa nạt là thường gặp nhất. Những chuyện như thế này từ xưa đến nay khắp nơi đều có, đặc biệt là với những người thật có quyền uy, thế lực, xem thường áp bức những người dân thường. Thủ đoạn như thế này thường gặp nhất.

Trong phần chú giải cũng nêu ra hình tượng Bồ Tát Quán Thế Âm. Bồ Tát Quán Thế Âm ở trong chỗ tai nạn nguy cấp sợ sệt của chúng sinh mà bố thí pháp vô úy, giúp chúng sinh an ổn không sợ sệt. Bồ Tát Quán Thế Âm là bậc tu hành chứng quả, đó là nhân tố trước tiên, cứu khổ cứu nạn, nên chúng ta tôn xưng Bồ Tát Quán Thế Âm là Bậc Thí Vô Úy. Vì thế, đối với những người đang lúc gặp cơn nguy cấp khốn khó, chúng ta cần phải an ủi họ, phải giúp đỡ hỗ trợ cho họ lìa khổ được vui. Đương nhiên, trong việc này cũng cần phải có trí tuệ cao độ, phải có kiến thức rất sâu rộng, chỉ bày mở lối cho người, khiến người giác ngộ, hóa giải được kiếp nạn.

Những nhân tố tạo thành kiếp nạn đương nhiên là rất nhiều, nhưng trong số đó nhân tố quan trọng thiết yếu nhất là gì? Chính là sự bám chấp, sự bám chấp kiên cố, khiến hai bên không thể nhường nhịn lẫn nhau, cho nên tai nạn mới phát sinh. Nếu đôi bên đều có thể nhường nhau một bước, thiên hạ ắt được thái bình, tai nạn liền được hóa giải. Con người vì sao không thể buông bỏ sự bám chấp? Các nhân tố trong việc này cũng rất phức tạp. Đức Phật dạy rõ ràng, sự bám chấp kiên cố là từ trong *ngã kiến, ngã tham, ngã ái, ngã si* mà sinh ra. Kinh luận của [Pháp] tướng tông có nói: *"Bốn phiền não lớn thường theo nhau."* Từ chỗ này sinh ra bám chấp, không hiểu rõ được chân tướng của vũ trụ nhân sinh. Vọng tưởng, phân biệt, bám chấp, đó là tạo nghiệp. Đã tạo nghiệp nhân ấy rồi, quyết định không thể tránh được quả báo.

Cho nên, con người sinh đến thế gian này để làm những gì? Câu trả lời của đức Phật, chúng ta càng suy ngẫm càng thấy hữu lý: *"Con người sinh ra để trả nghiệp."* Trong quá khứ quý vị đã tạo nghiệp nên bây giờ sinh đến đây để nhận quả báo. Sự việc chỉ có vậy. Trong quá khứ tạo nghiệp thiện, đời này được quả báo lành. Trong quá khứ tạo nghiệp xấu ác, đời này chịu quả báo ác. Chúng sinh trong sáu đường đều như thế mà thôi.

Thực sự tham cứu thấu đáo, biết được rõ ràng thì từ nay về sau sẽ không còn tái tạo nghiệp ác, dù bất kỳ ai làm hại đến ta, ta cũng đều có thể nhẫn chịu, không oán trời trách người. Biết rõ được những gì? Biết rằng đó chính là nghiệp của chính ta tạo ra trong quá khứ, ngày nay phải chịu quả báo như vậy. Quả báo đã nhận chịu xong, ta không tiếp tục tạo nghiệp xấu ác thì tương lai sáng tỏ rõ ràng. Trong lòng nếu có chút oán hận thì nghiệp báo trả không xong, cho nên tiếp tục vay trả, trả vay không có lúc chấm dứt.

Người ta sống ở đời, chúng ta thường nhìn thấy các loài vật nhỏ bé, chúng ta so với những loài vật ấy cũng không khác gì, cứ nhìn xem, ngẫm nghĩ nhiều lần thì tự nhiên giác ngộ được: *"Mạng người vô thường, cõi nước mong manh dễ mất."* Trong sáu trăm quyển kinh Đại Bát-nhã giảng rõ với chúng ta, tôi đem hết thảy quy kết lại trong sáu chữ: *"Vô sở hữu, bất khả đắc."* (Không sở hữu, không thể nắm bắt.) *"Vô sở hữu"* là nói tướng hiện tại, kinh Kim Cang nói: *"Hết thảy các pháp hữu vi, như mộng ảo, bọt nước."* Không có sở hữu. Hết thảy các pháp bày ra trước mắt đều giống như ảo hóa, như cảnh trong mộng, không thể nắm bắt. Chúng ta thấy rõ ràng được chân tướng ấy thì tâm được bình tĩnh, trí tuệ khai mở, phiền não dứt trừ, việc xử sự, đối đãi với người, tiếp xúc muôn vật liền tự nhiên hòa ái, từ bi không khác gì chư Phật, Bồ Tát, sao có thể có những thủ đoạn khác thường đối với người khác? Không thể có chuyện đó.

Cho nên, không tiếp nhận những lời răn dạy của các bậc thánh hiền, của chư Phật, Bồ Tát thì chúng ta không hiểu rõ được những ý nghĩa đó, làm việc gì cũng luôn tùy thuận tâm ý phiền não, [như thế thì] không việc gì không tạo nghiệp.

Tốt rồi, hôm nay thời gian đã hết, chúng ta giảng một đoạn này thôi.

Bài giảng thứ 157

(Giảng ngày 12 tháng 2 năm 2000 tại Tịnh Tông Học Hội Australia, file thứ 158, số hồ sơ: 19-012-0158)

Thưa quý vị đồng học, cùng tất cả mọi người.

Hôm nay chúng ta xem đến đoạn thứ 90 trong *Cảm ứng thiên.* Từ đây về sau là nói những điều ác [buông thả] không kiêng dè: *"Oán thiên vưu nhân. Ha phong mạ vũ."* (Oán trời trách người. Mắng gió chửi mưa.)

Trong phần chú giải nói rất rõ: *"Thế giới Diêm-phù vốn thường thiếu thốn."* *Diêm-phù* là tiếng Phạn, [câu này] hàm ý có sự khiếm khuyết. Người sống trong thế giới này, cổ nhân thường nói: *"Những điều không vừa ý, [mười phần] đã chiếm đến tám, chín phần."* Cho nên mới gọi là cõi Ta-bà, không gọi là Cực Lạc. Những điều vừa lòng thỏa ý rất ít, rất hiếm.

Chúng ta không được vừa lòng thỏa ý, nhất định phải hiểu rằng đó là nghiệp nhân quả báo. Chúng ta tạo nhân bất thiện, chúng ta không tích lũy được nhiều phước đức, sao có thể được vừa lòng thỏa ý? Đức Phật vì chúng ta giảng giải, ta phải thực sự ghi nhớ. Không chỉ ghi nhớ, mà phải thực sự nỗ lực học tập, thực hành.

Đức Thái Thượng cũng khuyến khích chúng ta *"tích lũy công đức"*, điều này rất quan trọng thiết yếu. Tích lũy như thế nào? Phật dạy Bồ Tát sáu pháp ba-la-mật, đó là phương pháp tích lũy. Điều thứ nhất dạy chúng ta bố thí. Về bố thí, tôi đã nói đến rất nhiều. Theo cách nói hiện đại thì đó là vì xã hội phục vụ, vì hết thảy chúng sinh phục vụ. Chúng ta dùng tiền tài phục vụ, đó là tài bố thí. Chúng ta đem sức lực ra phục vụ, làm việc công ích, đó là nội tài bố thí. Dùng trí tuệ của mình [chỉ bày chia sẻ], đó là pháp thí. Thay thế người khác giải quyết những vấn đề khó khăn, nguy nan, [giúp họ được an ổn không lo sợ], đó là vô úy thí.

Trong pháp bố thí đã trọn vẹn đầy đủ, các pháp còn lại [trong sáu ba-la-mật] đều là nói những điều kiện cần thiết của pháp tu bố thí. [Cho nên,] bố thí là nói tổng quát, các pháp còn lại là nói riêng rẽ từng phần. Trong các pháp riêng rẽ thì thứ nhất là trì giới. Trì giới tức là giữ đúng như pháp. Bố thí phải đúng như pháp, chúng ta ngày nay gọi là hợp pháp, hợp tình, hợp lý. Đó là Trì giới ba-la-mật. Vì người khác phục vụ cũng phải có phương pháp, có trình tự, có thứ lớp, sắp xếp hợp lý không rối loạn. Hết thảy những điều này đều là nằm trong phạm vi của Trì giới ba-la-mật.

Nhẫn nhục thì phải có lòng kiên nhẫn, nhẫn chịu.

Tinh tấn là cầu sự tiến bộ không gián đoạn, mỗi ngày đều phản tỉnh, mỗi ngày đều sửa lỗi, mỗi ngày đều cầu tiến.

Thiền định là tự trong tâm mình có sự làm chủ, không để cảnh giới bên ngoài dụ dỗ, mê hoặc.

Trí tuệ là đối với hết thảy sự lý đều thông đạt sáng tỏ.

Do đó có thể biết rằng, năm pháp [ba-la-mật] tiếp theo sau đều là để hỗ trợ cho *Bố thí ba-la-mật*, giúp cho việc bố thí được trọn vẹn đầy đủ, công đức của quý vị được thiết thực, chân thật.

Bất cứ lúc nào, bất kỳ ở đâu, khi gặp người đang trong cảnh khó khăn khốn khó, nếu chúng ta vẫn còn được một chút sức lực thì phải hết lòng hết sức hỗ trợ, giúp đỡ họ. Giúp đỡ hỗ trợ người khác, nhất định không mong cầu quả báo thì sự bố thí của ta mới được thanh tịnh. Bố thí cũng tuyệt đối không phân biệt giàu nghèo, sang hèn, bố thí như vậy là bình đẳng. Bố thí thanh tịnh, bình đẳng chính là hạnh Bồ Tát. Thường giữ tâm như vậy là Bồ Tát đạo.

Cho nên, vào những lúc chúng ta không được hài lòng, hết thảy sự việc không được như ý, cần phải tự phản tỉnh thấy rằng, chúng ta tự mình tích lũy công đức quá mỏng manh ít ỏi. Hết thảy những hoàn cảnh bất như ý đều là quả báo, nên phải nhận lãnh. Trong khi nhận lãnh phải phản tỉnh, làm sao để thay đổi tiến bộ, nâng cao cảnh giới tự thân, tích lũy công đức lớn lao hơn, như vậy là chính xác. Nếu như có chút bất như ý liền oán hận trời không công bằng, rằng người khác đối với mình không tốt, như vậy là sai lầm. Đó là tự mình đang tạo tội nghiệt, không những không thể chuyển họa thành phúc, hơn nữa còn làm tăng thêm tội nghiệp sâu nặng hơn.

Thế nhưng hiện tượng này trong xã hội chúng ta lại nhìn thấy rất nhiều. Vì sao vậy? Vẫn là như lời chư Phật Tổ, các bậc thánh hiền xưa đã nói, là do không có người dạy bảo nên người ta không hiểu rõ được. Trong kinh Phật thường nói: *"Thật đáng thương thay."* Những kẻ [oán trời trách người] này quả thật là đáng thương thay.

Cho nên, một câu *"oán trời trách người"* này chúng ta phải hiểu rõ, như vậy nhất định là sai lầm. Hơn nữa, nghiệp ác này chúng ta nhất định không thể phạm vào. Phải luôn luôn ghi nhớ lời đức Phật răn dạy chúng ta.

Câu thứ hai: *"Mắng gió chửi mưa"*, mưa gió vốn là hiện tượng tự nhiên, làm như vậy thì có gì sai trái? Theo người hiện đại thì việc này không có gì sai trái, nhưng theo trong Phật pháp mà nói thì lỗi lầm này rất nặng nề. Vì sao vậy? Sự tu học Phật pháp là dạy người chuyển phàm thành thánh, những điều giảng nói trong ngàn kinh muôn luận, nói thật ra chỉ nằm trong hai chữ: một là *"thành"*, hai là *"kính"*. Quý vị xem, như hiện tượng [mắng gió chửi mưa] này thì không *thành* cũng không *kính*. Vào thời xưa, không cần phải nói là người tu hành, những người đọc sách rõ lý lẽ, khi gặp phải những tai nạn biến cố tự nhiên thì lúc đó trong lòng đặc biệt chân thành, đặc biệt cung kính.

Lấy sự thành kính đối phó với hết thảy tai nạn biến cố, trong tâm các vị ấy thực sự an định, không hề sợ hãi. Chúng ta nếu rơi vào những trường hợp đó, phần chú giải cũng trích dẫn thiên Khúc lễ [sách Lễ ký] có nói: *"Khi có gió mạnh, sấm to, mưa lớn"*, tức là lúc gió mưa rất lớn, *"ắt phải thay đổi thích nghi"*. Sự thay đổi thích nghi này cũng chính là nói phải đặc biệt cung kính, đặc biệt cẩn thận. Vào những lúc ấy, ví như gặp lúc đêm tối, đa phần là các vị cũng sẽ thức dậy, mặc y phục chỉnh tề, ngồi xuống tĩnh tọa. Điều này người hiện nay không hiểu được. Người đời hiện tại cũng không làm như vậy, ví như những người có đọc sách xưa cũng không thấy làm như vậy. Thế nhưng trong cửa Phật vẫn có một số ít người, vào những lúc có biến cố đột ngột, họ cũng ngồi dậy, đắp y mặc áo chỉnh tề, cung cung kính kính đến trước điện Phật ngồi tĩnh tọa, hoặc là niệm Phật, hoặc là đi kinh hành. Trong cửa Phật vẫn còn có những người như vậy.

Ý nghĩa chỗ này suy rộng ra dạy chúng ta rằng, khi gặp bất kỳ tai nạn, biến cố nào, đều phải lấy tâm thành kính mà ứng phó. Như vậy có thể chuyển hóa tai nạn lớn thành nhỏ, tai nạn nhỏ thành vô sự. Tâm thành kính có khả năng chuyển biến như vậy. Những tai nạn như thế, trong hội giảng kinh Lăng Nghiêm tôi cũng từng nói qua, nguyên lý của việc này là như trong lời Phật dạy: *"Y báo tùy trước chánh báo chuyển."* (Y báo tùy theo chánh báo mà thay đổi.) Cho nên, đó là hoàn cảnh tùy theo tâm mà chuyển đổi. Điều này là đúng thật.

Thế nhưng phàm phu chúng ta không được như vậy. Phàm phu thì tâm tùy cảnh chuyển. Khi gặp những hoàn cảnh khủng hoảng, kinh sợ, tâm của quý vị liền bị hoàn cảnh làm thay đổi. Nếu như quý vị bình tĩnh lại, tự xét lỗi, sám hối, phản tỉnh, sửa lỗi, tự làm thanh tịnh bản thân, như vậy thì có thể hóa giải được tai nạn, tai biến đó. Ý nghĩa này chúng ta phải hiểu rõ.

Phần chú giải [câu này] quý vị có thể tự mình xem thêm.

Tiếp theo là đoạn thứ 91: *"Đấu hợp tranh tụng. Vọng trục bằng đảng."* (Xúi giục người tranh tụng. Ngu muội kết thành bè đảng bon chen.) Làm như thế là tạo nghiệp. Ngàn vạn lần không được xem đây là chuyện nhỏ nhặt. Câu thứ nhất cũng là nói ưa thích chuyện tranh chấp, kiện tụng. Gặp lúc người khác có chuyện tranh chấp nhau lại không biết khuyên giải, hơn nữa còn hùa theo, xúi giục họ, khiến cho đôi bên kết thành thù oán. Hoặc vì tranh nhau tài sản, tranh đoạt danh lợi, tranh chấp quyền lợi địa vị... Những việc như vậy rất nhiều.

Trong thời cận đại, thậm chí những người xuất gia cũng không tránh khỏi. Trong một ngôi chùa, tranh nhau làm trụ trì, tranh nhau làm người quản lý, tranh tài sản của chùa, thậm chí còn làm ầm ĩ đến trước tòa án. Thời xưa, người xuất gia chưa từng có ai ra trước chốn pháp đình, huống chi lại có những chuyện [tranh giành] như vậy? Đó là chuyện hết sức đáng chê cười. Hiện nay thì vẫn thường nghe nói, thậm chí trên báo chí cũng thấy nêu ra, cũng thấy đưa tin. Phật giáo chúng ta [dạy] buông bỏ, như vậy thì buông bỏ chỗ nào?

Cho nên, gặp phải những chuyện thế này chúng ta phải dùng lời khéo léo khuyên giải, chẳng những đôi bên đều được phước mà bản thân mình cũng tu tích được công đức. Nếu như ngược lại còn khiêu khích, ly gián, hỗ trợ chuyện tranh tụng, bất kể là trong lòng quý vị như thế nào, bất kể quý vị vì mục đích gì, như vậy đều là tội lỗi hết sức nặng nề. Đặc biệt là trong cửa Phật, đó gọi là phá hòa hợp tăng. Trong giới luật, đức Thế Tôn xếp tội phá hòa hợp tăng là thuộc năm tội nghịch.

Đối với một tăng đoàn, bất kể là có [tu tập] đúng pháp hay không đúng pháp, chúng ta đều không được can dự vào. Một tăng đoàn tu hành đúng pháp, lợi ích xã hội, lợi ích đại chúng, quý vị phá hoại tăng đoàn ấy thì việc tạo tội không chỉ là đối với một số cá nhân, những cá nhân ấy không liên can gì. Một tăng đoàn như vậy ở giữa đại chúng, tu hành đúng pháp, hoằng pháp lợi sinh, chúng sinh trong cả địa phương ấy được lợi ích. Không chỉ chúng sinh như chúng ta được lợi ích, cho đến quỷ thần cũng đều được lợi ích. Có lần tôi ở Singapore, có nhiều quý vị đồng tu ở đây từng qua đó, đều biết rõ, những oán thân trái chủ của cố lão lâm trưởng Trần Quang Biệt [khi ấy] yêu cầu được đến đạo trường nghe kinh. Trong việc này chúng ta có thể chứng minh được rằng một đạo trường chân chính hoằng pháp lợi sinh thì quỷ thần cũng đều được lợi ích. Quý vị phá hoại một đạo trường như vậy, quý vị tạo tội là đối với hết thảy chúng sinh, không chỉ là đối với một cá nhân.

Quý vị đối với một vị pháp sư không ưa thích, oán hận ông ấy, hủy báng, làm nhục ông ấy, trục xuất ông ấy đi, quý vị làm tổn hại ông ấy, không phải chỉ tạo thành tội lỗi với một cá nhân ông ấy, còn phải xem sức ảnh hưởng của ông ấy lớn lao đến mức nào.

Cho nên, phá hòa hợp tăng là một trong năm tội nghịch, quả báo phải đọa vào địa ngục A-tỳ, không có cách gì cứu được, chư Phật ra đời cũng không sám hối được. Vì thế, những việc như thế này chúng ta không thể phạm vào. Nếu như những người xuất gia ở đạo trường tu tập không đúng pháp, phá giới, vi phạm quy tắc, chúng ta cũng không cần phải can thiệp. Chúng ta không phải người chấp pháp. Cũng giống như đối với người thế gian phạm pháp thì có tòa án, có cảnh sát, những người chấp pháp sẽ lo liệu. Chúng ta không phải người chấp pháp. Chúng ta can dự vào là chính ta cũng phạm pháp. Ý nghĩa này mọi người đều hiểu rõ. Đệ tử Phật phạm pháp, tự nhiên cũng do người trong Phật pháp xét xử, không quan hệ đến chúng ta. Chúng ta cũng không cần phải quản đến những việc này.

Nếu như chúng ta tự mình nhìn thấy, hoặc nghe biết được, và người xuất gia đó với ta có quan hệ rất tốt, hai bên quen biết nhau thì ta có thể gạn hỏi họ xem sự việc ấy có thật hay không? Những tin đồn bên ngoài có rất nhiều, nhất định cần phải hỏi lại xem có đúng sự thật hay không. Nếu là đúng thật, nên dùng lời tốt đẹp khuyên bảo. Nếu không đúng thật, nên lựa lời an ủi, không cần thiết phải truy cứu sự việc. Như vậy là được, nhất định không thể tranh luận với nhau.

Đạo Phật và Nho gia đều dạy chúng ta nhẫn nhịn nhún nhường. Quý vị nhất định phải biết, ngạn ngữ có câu: *"Nhất ẩm nhất trác mạc phi tiền định."* (Mỗi một miếng cơm ngụm nước đều đã định trước.) Trong vận mạng của ta nếu sẵn có, người khác có thể đoạt lấy được sao? Đoạt cũng không được. Trong vận mạng của ta nếu không sẵn có, quý vị muốn giữ cũng không thể giữ được, há phải tranh giành nhau làm gì? Người khác nếu muốn tranh giành, ta nhường cho họ là xong. Nếu như trong vận mạng của ta sẵn có, ta nhường cho họ rồi, việc ấy lại quay về với ta. Điều này chứng minh rằng vận mạng của ta thật có, người khác không thể đoạt lấy được.

Cho nên, hiểu rõ được ý nghĩa này, sáng tỏ được chân tướng sự thật này, ta có thể hoan hỷ nhẫn nhịn nhún nhường, đâu có lý nào lại tranh chấp. Huống chi, nhẫn nhịn nhún nhường cũng thuộc về pháp bố thí. Quý vị cần danh tiếng thì cho quý vị có danh tiến, quý vị cần lợi lộc thì cho quý vị được lợi lộc, cần đến bất kỳ món gì, hết thảy đều giúp cho món đó, như vậy là Bồ Tát tu tập Bố thí ba-la-mật.

Quả báo công đức của bố thí chúng ta đều biết, càng bố thí càng được nhiều hơn, không phải bố thí rồi sẽ không còn nữa. Càng bố thí càng có nhiều hơn. Người đời hiểu được ý nghĩa này, nhưng hiểu không sâu, không thấu triệt, cho nên họ không dám bố thí, sợ rằng sau khi bố thí rồi thì tự thân mình sẽ không còn gì nữa. Họ không hiểu được rằng càng bố thí càng có nhiều hơn.

Cho nên, chúng tôi ở Singapore hoằng pháp, khuyến khích quý vị đồng tu, chúng tôi tự mình nêu gương cho mọi người noi theo, mỗi cá nhân càng bố thí càng được nhiều hơn, đoàn thể càng bố thí cũng càng được nhiều hơn. Không chỉ là trong kinh điển đức Phật đã dạy chúng ta, mà chúng ta y theo lời dạy vâng làm [liền thấy được] quả nhiên không sai lệch, chứng thật lời Phật dạy mỗi câu mỗi chữ đều chân thật. Chúng ta có thể yên tâm thực sự y theo lời dạy vâng làm.

Hôm nay thời gian đã hết, chúng ta giảng đến đây thôi.

Bài giảng thứ 158

(Giảng ngày 13 tháng 2 năm 2000 tại Tịnh Tông Học Hội Australia, file thứ 159, số hồ sơ: 19-012-0159)

Thưa quý vị đồng học, cùng tất cả mọi người.

Xin mời mở sách *Cảm ứng thiên*, đoạn thứ 91. Phần sau của đoạn này có một câu: *"Vọng trục bằng đảng."* (Ngu muội kết thành bè đảng bon chen.)

Chuyện này từ xưa đến nay, ở khắp mọi nơi đều không tránh khỏi. Nhưng cái hại của sự *"kết thành bè đảng"*, trong lịch sử vẫn thường thấy được. Trong xã hội hiện nay của chúng ta gọi là bang phái, đảng phái, hoặc kết thành bè đảng để mưu lợi riêng tư, người đời cũng gọi là xã hội đen, hết thảy đều thuộc vào loại này. Những hạng người này sở dĩ có thể dụ dỗ mê hoặc được người khác [đi theo họ], đó là vì dùng đến danh lợi hoặc quyền thế.

Người thời xưa từ thuở nhỏ đã được học qua nền giáo dục của thánh hiền, nhận biết rõ ràng thị phi, tà chánh, nhận biết rõ ràng thiện ác, chân vọng, cho nên trong việc xử sự, đối đãi với người, tiếp xúc muôn vật đều có thể vận dụng lý trí sáng suốt, không đến nỗi lạm dụng tình cảm. Đối với thanh thiếu niên trong xã hội hiện nay thì vấn đề nghiêm trọng là trong gia đình không có ai dạy dỗ, giáo dục, mà đến trường học cũng không ai dạy dỗ chúng. Còn như bước ra xã hội thì càng tệ hại hơn, không cần phải nói nữa. Cho nên, vấn đề này là cực kỳ nghiêm trọng.

Vì sao độ tuổi thiếu niên [ngày nay] phạm tội nhiều đến thế? Tỷ lệ mỗi năm mỗi cao hơn. Đây là điều hết sức kinh khủng, hết sức đáng sợ. Từ sự thật này chúng ta mới hiểu ra được, các bậc hiền thánh xưa vì sao hết sức xem trọng việc giáo dục nhi đồng đến thế, vì sao hết sức xem trọng việc ngăn ngừa từ trước, mới biết rằng xã hội an định, đất nước được yên ổn lâu dài, nền tảng vững chắc chính là nhờ ở sự giáo dục các em nhi đồng.

Cha mẹ, thầy cô giáo, mọi người trong xã hội đều có thể là những tấm gương tốt để các em noi theo. Do đó có thể biết rằng, giáo dục như vậy là một hệ thống hoàn chỉnh, không phải từng bộ phận riêng lẻ. Ngạn ngữ Trung quốc có câu: *"Sống đến già học đến già, học mãi không thôi."* Ý nghĩa câu này là, đã làm người thì vĩnh viễn luôn trong quá trình tiếp thu học hỏi, không thể nói rằng thanh thiếu niên học đến tốt nghiệp trường lớp rồi là kết thúc sự học hỏi. Không phải vậy, phải học hỏi mãi mãi.

Trong xã hội Trung quốc hiện đại, nói về giáo dục thì phổ cập hơn rất nhiều lần, phát triển hơn rất nhiều lần so với trong quá khứ. Chúng ta nhìn thấy trường học rất nhiều ở mỗi địa phương, từ tiểu học, trung học cho đến đại học. Theo lý thuyết mà nói thì xã hội hiện nay của chúng ta so với thời xưa phải tiến bộ nhanh chóng vượt bậc, vì sao đời sống của chúng ta, môi trường của chúng ta, chú tâm quan sát kỹ đều không bằng người xưa?

Chúng ta đọc trong sách xưa đều thấy được, đời sống của người thời xưa có thể nói là đều nằm trong tình thơ ý họa, đích thực là có chân thiện mỹ và trí tuệ, đích thực là đời sống con người. Còn nói về đời sống của chúng ta hiện nay thì đích thực là một đời sống máy móc, giờ nào thức dậy, giờ nào ăn cơm, giờ nào làm việc, nhất nhất đều là khuôn thước một cách máy móc. Tình cảm thương yêu giữa người với người hết sức nhạt nhẽo, thậm chí có những lúc không còn thấy nữa.

Xã hội ngày nay, con người kết hợp với nhau chẳng qua chỉ trong quan hệ lợi hại. Có lợi ích thì tạm thời kết hợp, không có lợi ích thì lập tức chia tay, không hề có chút tình nghĩa gì. Không cần nói đến đạo nghĩa, ngay cả tình nghĩa cũng không có rồi. Trong đó, rõ ràng nhất là [tình nghĩa] vợ chồng. Thời xưa không hề nghe nói đến ly hôn. Chúng ta đọc sách xưa đâu có bao giờ nghe nói đến ly hôn? Ly hôn là chuyện sỉ nhục rất lớn, làm gì có chuyện như vậy! Thế nhưng trong xã hội ngày nay, chúng ta thấy tỷ lệ ly hôn rất cao. Điều đó cho thấy gì? Cho thấy là người ta kết hợp với nhau không có tình thương yêu. Vậy vì sao họ kết hợp với nhau? Chỉ vì hai chữ lợi hại. Trong lúc cả hai bên cùng được lợi ích thì kết hợp, đến lúc có sự phân chia lợi ích thì lập tức chia tay.

Cho nên, hiện tượng kết thành đảng phái hiện nay cũng hết sức phổ biến. Chúng ta hiện nay lo học Phật, việc tiếp xúc với xã hội rất ít, phạm vi đời sống rất giới hạn, nên những chuyện bên ngoài chúng ta rất ít biết đến, chỉ thỉnh thoảng nghe nói mà thôi. Đặc biệt chúng ta cũng rất ít đọc báo, cũng không xem truyền hình. Như vậy là rất tốt, về mặt tu học mà nói thì tâm địa thanh tịnh hơn, mỗi ngày đều sống trong cảnh thiên hạ thái bình, không có vấn đề bất ổn gì, thế giới này [đối với ta] hết sức thanh bình, hết sức an tĩnh. Thế nhưng nếu chúng ta đọc báo, xem truyền hình, [sẽ thấy] thế giới đang đại loạn, không phải thời thái bình.

Chuyện kết bè lập phái, thật hết sức không may là ngay cả trong cửa Phật cũng có, phái này với phái kia lập thành một đảng. Mỗi một đạo trường, nếu như là đạo trường lớn, quy tụ nhiều người, trong đó liền phân ra nhiều phái nhỏ. Có người kể với tôi, trong đạo trường của một ngôi chùa kia, chúng ta nhìn vào từ bên ngoài thấy rất hưng vượng, tăng chúng có đến mấy trăm người, đèn hương nghi ngút, nhưng có người cho biết trong đó có ít nhất là hàng chục đảng phái. Tôi nghe qua thở dài, tin là có thật, vì những đạo trường như vậy chính tôi cũng đã từng gặp rồi.

Đảng phái tụ tập đông đảo, trong hiện tại có thể tạm thời duy trì đều là vì mọi người trong đó có lợi ích chung. Nếu như lợi ích phân chia không đồng đều, đảng phái liền chia rẽ, phát sinh mâu thuẫn đấu tranh, liền biến thành tai họa. Trong Phật pháp gọi đó là *"phá hòa hợp tăng"*. Những kẻ này thật to gan lớn mật, đức Phật Thích-ca Mâu-ni đã dạy rằng quả báo của việc này là đọa vào địa ngục A-tỳ!

Cho nên, việc kết bè kết đảng để mưu lợi riêng, ngày nay kể cả học sinh trong trường cũng có, trong xã hội hầu như hết thảy các ngành nghề đều có, cho đến trong phạm vi chính trị cũng không tránh khỏi. Hiện tại trong tôn giáo, không chỉ là Phật giáo mà mỗi tôn giáo khác cũng đều có, xã hội như vậy làm sao có thể ổn định? Thế giới làm sao có thể hòa bình?

Từ hiện tượng này, chúng ta chú ý quan sát kỹ lưỡng, đời nay có những người nói rằng thế giới đã đến ngày tận thế, chúng ta ngẫm nghĩ xem có khả năng như vậy hay không? Thật rất có khả năng.

Xã hội này cũng không thiếu những bậc chí sĩ nhân đức, tôi thường tham gia các hoạt động đa văn hóa, trong lúc có nhiều lãnh tụ tôn giáo cùng nhau hội họp cũng đều thẳng thắn thừa nhận: *"Trong tôn giáo của chúng tôi, trong đạo trường tu tập của chúng tôi, mọi người cũng tồn tại không ít mâu thuẫn."*

Năm ngoái, tôi tham gia khai mạc hội nghị tại Paris, có một vị linh mục Thiên chúa giáo nói thật với tôi việc ông ấy hoài nghi việc các tôn giáo làm sao có thể đoàn kết được với nhau? Ông ấy bảo tôi, đó là vì vấn đề giáo dục. Thế nhưng giáo dục là chuyện lâu dài, không phải chuyện nhất thời ngắn ngủi. Giáo dục cần phải có được những con người chân chính giác ngộ. Chúng ta thử suy ngẫm xem, thời xưa các bậc đại đức như vậy, khi đức Phật Thích-ca Mâu-ni tại vườn Lộc Uyển bắt đầu giảng kinh thuyết pháp với năm vị tỳ-kheo,

118

đức Khổng tử sau khi chu du khắp các nước, trở về quê hương mở trường dạy học, các vị đều là những bậc đại thánh đại hiền, nhưng phải trải qua biết bao nhiêu thời gian mới khởi sinh được ảnh hưởng đối với xã hội. Chúng ta phải thể hội được điều đó.

Hiện tượng xã hội trong thời đại chúng ta ngày nay, so với thời đại đức Phật, so với thời đại của Khổng tử, thật khác biệt quá nhiều. Vào thời ấy, con người tuy chưa nhận được sự giáo hóa của thánh hiền nhưng tâm địa hiền thiện tốt đẹp, dễ dàng giáo hóa. Xã hội hiện nay thì dạy ta những gì?

Vì thế, tiên sinh Phương Đông Mỹ khi còn tại thế, lúc nói đến truyền hình thì lắc đầu ngao ngán. Ông nói: "Những thứ này sẽ làm diệt vong cả một quốc gia, hủy diệt mất cả xã hội." Vậy truyền hình thật ra là gì? Truyền hình chính là [một hệ thống] giáo dục. Hệ thống ấy dạy người ta những gì? Điều này chúng ta hiện nay đã thấy rất rõ. Phương tiên sinh nói rằng, nhân tố đầu tiên làm diệt vong nước Mỹ trong tương lai chính là [hệ thống] truyền hình. Quý vị quan sát một đứa bé, vừa mới sinh ra thì cặp mắt đã nhìn thấy màn ảnh truyền hình, mỗi ngày đều học theo truyền hình. Thế nhưng những gì trình chiếu, diễn ra trên truyền hình chính là giết hại, trộm cắp, dâm dục, dối trá. Cho nên, ngày nay ở nước Mỹ chúng ta nhìn thấy lứa tuổi thanh thiếu niên thường chết vì súng đạn. Nguyên nhân vì sao? Vì học theo các phim hành động, phim chiến tranh trên truyền hình. Chính phủ Mỹ cho đến nay vẫn không hề cảnh giác với điều này.

Phương tiên sinh nói rất rõ, những thứ như vậy chỉ là công cụ. Công cụ không có lỗi gì, chỉ hoàn toàn do người sử dụng công cụ. Vào thời ấy, Phương tiên sinh đã cảnh cáo các quan chức, chính phủ Đài Loan phải chú ý đến vấn đề này. Nếu đi theo con đường của nước Mỹ thì tương lai Đài Loan thật không dám nghĩ đến. Tuy rằng tiên sinh rất nhiều lần nói như vậy, nhưng có ai chịu nghe? Có ai xem trọng những lời của tiên sinh? Cho nên, xã hội ngày nay hỗn loạn, chúng ta phải biết được điều đó phát sinh từ đâu.

Vì sao trong xã hội có những kẻ kết bè kết đảng mưu lợi riêng? Đều là vì mưu cầu lợi ích trước mắt, không biết đến hậu quả về sau lợi hại thế nào. Cho nên, trong Phật pháp nói rằng, người thời nay *"thật đáng thương xót"*. Đó là ngu si, đích thật là ngu si. Chúng ta nghe nói như vậy thì không chấp nhận, không chịu tin, nhưng không chỉ là không có khả năng phân biệt chân thật với hư vọng, không có khả năng phân biệt tà chánh, thiện ác, cho đến lợi hại cũng không thể phân biệt, như vậy chẳng phải hết mức ngu si đó sao?

Chúng ta hết sức may mắn có được thân người, được nghe Phật pháp, được gặp bậc thiện tri thức. Cho dù việc phân biệt chân thật với hư vọng hay phân biệt thị phi quả là rất khó khăn, ta không có khả năng, nhưng đối với sự phân biệt thiện ác, phân biệt lợi hại, chúng ta cũng rõ biết được một phần, đó mới là biết né tránh tai nạn tìm đến an lành.

Chúng ta sinh ra nhằm thời hỗn loạn, nếu có cơ duyên giúp đỡ được người khác, người xưa gọi đó là *"kiêm thiện thiên hạ"* (làm cho thiên hạ cùng tốt đẹp). Nếu không có cơ duyên thì phải biết *"độc thiện kỳ thân"* (tự hoàn thiện riêng mình). Cho nên người xưa có rất nhiều tấm gương tốt đẹp, sống ẩn dật trong chốn núi rừng, suốt một đời sống khổ hạnh tu hành, các ngài cũng đạt đến sự thành tựu trọn vẹn đầy đủ, chúng ta phải hiểu rõ được ý nghĩa đó.

Vì thế, những kẻ rơi vào chỗ *"vọng trục bằng đảng"* (ngu muội kết thành bè đảng bon chen) đều là bị che mờ bởi danh văn lợi dưỡng ngay trước mắt. Cho nên những bậc tu hành, mà không chỉ người tu hành, cho đến những kẻ có học thời xưa, hết thảy đều chấp nhận sống đời nghèo khó. Điều này chúng ta phải chú tâm quan sát nhận hiểu. Các vị vì sao như vậy? Không phải vì họ không có năng lực, không phải vì không có trí tuệ, vì sao chấp nhận sống đời nghèo khó? Trong việc này có ý nghĩa rất lớn lao.

Chúng ta xem như việc đức Khổng tử ngợi khen Nhan Hồi. Nhan Hồi là người ưu tú nhất trong số các đệ tử của đức Khổng tử, lại cũng là người nghèo khó nhất. Nhưng đời sống vật chất dù có nghèo khó, đời sống tinh thần lại hết sức sung túc dồi dào. Chúng ta ngày nay chỉ biết tìm cầu thú vui trong đời sống vật chất, hoàn toàn xao lãng, quên đi đời sống tinh thần. Đó chính là căn bệnh nặng của chúng ta.

Quý vị thấy là chúng ta có mang theo [đến Australia] băng video [nói về] vị nữ tu già tên Hứa Triết. Bà đã một trăm lẻ một tuổi, cuộc sống vật chất hết sức thanh bần nhưng đời sống tinh thần hết sức sung mãn, dồi dào.

Sáng sớm hôm nay tôi thấy cư sĩ Lâm mang đến một tờ báo, trong đó có tiêu đề rất lớn, *"một người lái thuyền đã một trăm lẻ chín tuổi"*. Đó là cầm sào chèo thuyền, một trăm lẻ chín tuổi mà hiện nay vẫn còn chèo thuyền, thể chất người này hoàn toàn không khác với lão bà Hứa Triết, vẫn còn chèo thuyền được. Suốt đời sống thanh bần, người như vậy thật đã biết sống nghèo vui đạo.

Mỗi tôn giáo khi nói đến chuyện tu trì đều phải buông xả hết danh văn lợi dưỡng, buông bỏ hết sự hưởng thụ năm món dục trong sáu trần cảnh. Cơ đốc giáo, Thiên chúa giáo đều tán thán *"thánh thần nghèo"*. Các bậc thần tiên nhất định không có sở hữu, như vậy các vị mới là thần tiên. Chư Phật, Bồ Tát cũng không có sở hữu, ba tấm y, một bình bát, thật là thánh thần nghèo. Quý vị thực sự có thể buông bỏ muôn duyên thì mới có thể sống một đời sống tinh thần cao thượng như vậy. Cũng giống như đức Khổng tử khen ngợi Nhan Hồi: *"Một giỏ cơm, một bầu nước."* Đời sống như vậy đối với người khác ắt phải lo âu không chịu nổi, thế nhưng *"Nhan Hồi không bỏ niềm vui ấy"*.

Đời sống của Nhan Hồi thật hết sức vui thích, hết sức sung sướng. Vui sướng ở chỗ rõ biết lý lẽ, thấu hiểu được chân tướng vũ trụ nhân sinh, thấu triệt lẽ nhân quả báo ứng, tương lai thật sáng tỏ rõ ràng, sao có thể không vui thích? Kẻ phàm phu mê đắm trong danh văn lợi dưỡng trước mắt, tương lai mù mịt tối tăm, họ không biết được.

Cho nên, cái hại của việc kết bè kết đảng chúng ta phải biết rõ, nhất định không thể làm như vậy, không chấp nhận những sự dụ dỗ mê hoặc ấy.

Hôm nay thời gian đã hết, chúng ta giảng đến đây thôi.

Bài giảng thứ 159

(Giảng ngày 21 tháng 2 năm 2000 tại Tịnh Tông Học Hội Australia, file thứ 160, số hồ sơ: 19-012-0160)

Thưa quý vị đồng học, cùng tất cả mọi người.

Mời xem sách *Cảm ứng thiên*, đoạn thứ 92: *"Dụng thê thiếp ngữ, vi phụ mẫu huấn."* (Nghe theo lời vợ, làm trái lời răn dạy của cha mẹ.) Và đoạn thứ 93: *"Đắc tân vong cố, khẩu thị tâm phi."* (Có mới nới cũ, ngoài miệng nói đúng trong lòng nghĩ sai.) Chúng ta xem qua hai đoạn này.

Trước hết xem trong phần chú giải của sách Vị biên: "Lời của vợ ngọt ngào dễ nghe. Lời dạy cha mẹ đúng đắn mà khó làm theo. Lời vợ nói chưa hẳn đã không trái nghịch với lời dạy của cha mẹ, cho nên người đời thường suy tổn đạo hiếu do nơi vợ con. Cha mẹ kinh nghiệm sống có thừa, nhìn nhận sự việc ắt thích đáng; lòng thương con rất mực, tính toán ắt chu đáo, lẽ nào con cái còn nhỏ tuổi mà chỗ thấy biết lại vượt hơn người cao niên lão luyện được sao? Lẽ này đã hiển nhiên, không chỉ vì khuyên giữ đạo hiếu mà nói như vậy."

Lời nói này, trong xã hội ngày nay có người cho là vấn đề nhạy cảm, [xem nhẹ phụ nữ]. Đặc biệt là trong xã hội ngày nay, điều này mọi người đều biết, trong quý vị đồng tu học Phật, số nữ giới vượt quá nam giới, sự thành tựu cũng vậy. Cho nên chúng ta cần biết rằng, *Cảm ứng thiên* được viết ra từ thời đại xưa kia. Chúng ta biết rằng, thời xa xưa cũng có những bậc mẹ hiền, những người vợ đảm đang, điều đó có mâu thuẫn với lời dạy của các bậc cổ đức hay chăng?

Chúng ta cần hiểu rõ, đại chúng trong xã hội là một tổng thể hết sức phức tạp. Hiện nay phức tạp, trong quá khứ cũng phức tạp. Chúng ta đọc đến những câu chữ nhạy cảm như thế, nhất định phải dùng trí tuệ mà cân nhắc liệu lường, phải đem ý nghĩa đó suy diễn rộng ra.

Nói chung với những người thân thiết yêu thương của mình, chúng ta phần lớn rất dễ dùng tình cảm để giải quyết sự việc. Dùng tình cảm giải quyết sự việc thì rất thường xem nhẹ, bỏ quên đi những yếu tố thị phi, lợi hại, được mất. Cho nên phải học theo phương cách thế nào? Chư Phật, Bồ Tát đã dạy bảo chúng ta, các bậc hiền thánh xưa cũng dạy bảo chúng ta, đối với những người càng thân cận gần gũi, những người càng tiếp xúc thường xuyên hơn thì càng phải vận dụng lý trí, càng phải tỉnh táo trong việc nói năng, hành động, như vậy chúng ta mới thực sự đạt đến sự phân biệt nhận biết đúng lý đúng pháp, dù thân hay sơ cũng phải xem bình đẳng như nhau. Việc này nói ra thì rất dễ dàng, nhưng làm được rất khó. Đây là vấn đề thuộc về sự tu dưỡng.

Cha mẹ không ai không thương yêu con cái. Nền giáo dục thời xưa, bất luận là trong gia đình hay ngoài xã hội, thời ấy không có trường học công, đa phần là trường tư, sự dạy dỗ hết thảy đều không ngoài phạm vi luân lý đạo đức.

Nói về phương diện vui chơi giải trí, thời xưa chúng ta xem những thể loại như hý kịch, ca kịch, cho đến phát triển sau này là kinh kịch, quý vị chú tâm quan sát thật kỹ, nội dung đều không ngoài phạm vi *"trung, hiếu, tiết, nghĩa"*, vì mọi người nói rõ việc gieo nhân lành được quả lành, làm việc ác chịu quả báo xấu ác. Vào thời ấy, nền giáo dục không phổ cập, thế nhưng cách giáo dục dùng các phương tiện giải trí để biểu đạt như vậy có tác dụng rất lớn đối với tình đời, đối với lòng người. Cho nên ở Trung quốc trong quá khứ thì những bộ môn hý kịch, ca múa, âm nhạc, hết thảy đều là phương tiện giáo dục, không chỉ là để mua vui, giải trí. Điều này so với xã hội hiện nay hoàn toàn khác biệt.

Vì vậy, [vào thời xưa] những người già không ai không quan tâm đến thế hệ tiếp theo, không chỉ là con cháu của chính mình mà đối với những người trẻ tuổi trong toàn xã hội cũng đều có sự quan tâm lo lắng, ai cũng hy vọng thế hệ tiếp theo so với mình có tiến bộ hơn, so với mình được hạnh phúc hơn. Đó là tâm lý chung, suy nghĩ chung của tuyệt đại đa số người. Thế nhưng ngày nay không phải vậy. Trong xã hội ngày nay, những suy nghĩ, tâm lý như vậy có thể nói là hết sức nhạt nhẽo. Những gì chúng ta cảm xúc được đều là tự tư tự lợi, chỉ biết có bản thân không biết đến người khác, thậm chí chỉ biết có hôm nay, không biết đến ngày mai. Cho nên, quý vị ngẫm nghĩ xem, đó thật là tư tưởng đáng sợ biết bao, hành vi đáng sợ biết bao.

Thế nhưng từ góc độ của người đọc sách hiểu lý lẽ, chúng ta phải ứng xử như thế nào trong thời đại này? Điều này không thể không hiểu rõ lý lẽ, không thể không biết rành chuẩn mực xã hội. Trong chuẩn mực xã hội cũng có thiện, có bất thiện, làm sao có thể khuyên bảo mọi người trong xã hội chuyển ác làm thiện, chuyển mê thành ngộ? Điều này phải có trí tuệ cao độ, trong việc thực hành vận dụng phải có nghệ thuật cao, chúng ta không thể không thực sự nỗ lực.

Ngày nay quan niệm của những người làm cha mẹ, dạy dỗ [con cái] không thấy được phương pháp chân chánh, khuyến khích con cái thăng quan phát tài, mưu cầu lợi ích riêng cho gia đình mình. Những quan niệm như thế đều là bất ổn. Ngày nay đâu có mấy gia đình mà bậc làm cha mẹ biết khuyên dạy con cái mình hy sinh bản thân phụng sự xã hội. Thật không còn thấy được nhiều. Người xưa đều biết buông bỏ tự thân vì người khác, cho nên ngày nay chúng ta đối với câu *"trái lời răn dạy của cha mẹ"* nên sửa lại thành *"trái lời răn dạy của thánh nhân, của chư Phật, Bồ Tát, của các bậc tổ sư đại đức"*. Chúng ta lấy những điều này làm tiêu chuẩn.

Trong Phật pháp, tiêu chuẩn thấp nhất là giữ theo năm giới với mười nghiệp lành. Nếu như [những tiêu chuẩn này] được chu toàn một chút thì ba điều phúc lành tạo nghiệp thanh tịnh thật hết sức tốt đẹp. Cho nên, những người gần gũi ta thường kề tai rót vào lời đường mật ngọt ngào, chúng ta phải suy đi ngẫm lại những điều họ nói, những điều họ làm, có tương ưng với những lời răn dạy của chư Phật, Bồ Tát hay không. Nếu không tương ưng thì không thể tiếp nhận.

Cho nên, cần phải khuyên bảo, khuyến khích nhau học Phật, quy y Phật pháp, như vậy là chính xác. Nhất định phải biết rằng đời người ngắn ngủi, khổ đau. Chúng ta thường nhìn thấy trong những bạn bè thân thiết, những người giao hảo lâu ngày với mình, năm năm tháng tháng đều có kẻ lìa đời, người có sự cảnh giác thì quả thật nhìn thấy như thế phải buồn thương kinh sợ. Thời gian trôi qua hết sức nhanh chóng, vừa chớp mắt thì bản thân mình cũng đã già, đã sắp đến lượt mình [ra đi] rồi. Lúc đó chúng ta biết phải làm sao?

Người không học Phật thì đối với chuyện đời sau có sự hoài nghi, họ không thể khẳng định. Quý vị đồng tu học Phật, đối với chuyện này hầu như ai cũng có thể khẳng định, con người nhất định phải có đời sau. Thời gian trong đời này rất ngắn, thời gian những đời sau mới lâu dài. Người có thể nghĩ đến đời sau là có trí tuệ. Trong mấy chục năm ngắn ngủi ở đời này, chịu một chút khổ não có đáng gì? Nhất định phải hiểu được việc dứt ác tu thiện, tích lũy công đức, nghĩ đến cho đời sau.

Thiện pháp hàng đầu ở thế gian chính là những lời răn dạy của chư Phật, Bồ Tát. Vì sao tôn xưng lời dạy của chư Phật, Bồ Tát là thiện pháp hàng đầu? Chư Phật, Bồ Tát là bậc giác ngộ triệt để, đối với chân tướng của vũ trụ nhân sinh đã thấu hiểu rốt ráo trọn vẹn. Đó là điều mà người bình thường không thể sánh được. Lời của các ngài chân thật, sự dạy bảo của các ngài không có sai lầm, chúng ta có thể tin tưởng, có thể tiếp nhận, đó là ta có phúc. Phúc báo này là phúc báo chân thật. Nhà Phật thường nói: *"Nhân thân nan đắc, Phật pháp nan phùng."* (Thân người khó được, Phật pháp khó gặp.) Chư Phật, Bồ Tát là bậc thiện tri thức chân thật, chúng ta từ khi được gặp rồi thì nhất định phải thân cận với các ngài, không nên xem thường dễ dàng bỏ qua.

Tôi thường khuyên bảo mọi người, hãy buông bỏ đi mọi thành kiến của bản thân mình, buông bỏ đi những cách nghĩ, cách nói, cách làm của mình, tuân theo lời răn dạy của chư Phật, Bồ Tát, thì một đời này của chúng ta mới không uổng phí, một đời này không rơi vào đọa lạc.

Muốn lập công lớn, muốn thành tựu nghiệp lớn, công lớn nghiệp lớn chính là việc hoằng pháp lợi sinh, thì trước tiên phải thành tựu đức hạnh, thành tựu học vấn của chính bản thân mình. Đương nhiên điều này cũng phải ngưỡng mong sự gia trì của Tam bảo, nhưng chỉ cần chúng ta chân chính phát tâm, thực sự chịu nỗ lực làm thì sẽ được chư Phật, Bồ Tát quan tâm hộ trì trong đời này. Điều này là một sự thật muôn phần chính xác.

Tuyệt đối không được nghĩ đến lợi ích riêng của bản thân mình, hết thảy đều đã được chư Phật, Bồ Tát an bày, chúng ta lo nghĩ đến nào có ích gì? Tự mình chỉ hết lòng hết sức lo việc hoằng pháp lợi sinh thôi, như vậy mới được.

Đoạn tiếp theo bên dưới là: *"Có mới nới cũ, ngoài miệng nói đúng trong lòng nghĩ sai."* Đây là chuyện đại ác. Trong phần chú giải nói rất rõ ràng: *"Chuyện nhỏ là như y phục, đồ dùng; chuyện lớn là như tình bạn bè thân hữu."* Người xưa thường nói, bạn bè giao hảo lâu năm là tốt. Nhưng chúng ta cũng không thể nói những bạn bè mới quen là không tốt. Chỉ có điều, vừa giao du với bạn bè mới thì quên lãng, lánh xa những bạn bè cũ. Như vậy là sai lầm, mọi người trong xã hội sẽ nhìn quý vị là người bạc nghĩa. Con người không quên cội gốc, thường nhớ nghĩ việc xưa, từ đó mới thấy được tâm địa của quý vị là chân chất thành thật. Nói thật ra, quý vị thực sự nhận được sự giúp đỡ, hỗ trợ trong xã hội chính là từ những người bạn lâu năm. Giao tình sâu sắc, không lúc nào quên đi những giao tình cũ, đó là vun bồi nuôi dưỡng sự chân chất, thành thật của bản thân mình.

Miệng nói, lòng nghĩ, đặc biệt phải tương ưng, phù hợp với nhau. Quý vị xem, trong kinh Vô Lượng Thọ vừa mở đầu đức Phật đã dạy chúng ta, chỗ khởi sự công phu tu hành chuyển ác làm lành là phải khéo giữ gìn, bảo vệ ba nghiệp. Câu đầu tiên trong đoạn này lại dạy chúng ta *"khéo giữ gìn khẩu nghiệp, không chê bai lỗi người khác"*.

Tôi ở Singapore gặp được [nữ] cư sĩ Hứa Triết, rất nhiều bạn đồng tu chúng ta cũng đều đã gặp. Bà ấy một trăm lẻ một tuổi [vẫn khỏe như] người trẻ tuổi. Năm nay bà đã một trăm lẻ một tuổi mà nhìn dáng vẻ chỉ như một người không quá bốn, năm mươi, thân thể khỏe mạnh biết bao. Bà tu dưỡng thế nào được thành công như vậy? Đó là suốt một đời bà không sinh phiền não, suốt một đời không bực tức giận hờn, suốt một đời không nhìn thấy ai là sai trái.

Cho nên, trong kinh Vô Lượng Thọ đức Phật dạy: *"Khéo giữ gìn khẩu nghiệp, không chê bai lỗi người khác; khéo giữ gìn thân nghiệp, không phạm vào oai nghi giới luật; khéo giữ gìn ý nghiệp, thanh tịnh không nhiễm ô."* Những lời dạy này, bà Hứa Triết đều đã làm được. Tuy [lúc trước] bà chưa phải là tín đồ Phật giáo, cũng chưa từng đọc qua kinh điển, thế nhưng bà đã làm được tất cả. Trong [Pháp Bảo] Đàn kinh, Đại sư Lục tổ Huệ Năng nói: *"Nếu người thực sự tu hành, không nhìn thấy lỗi lầm của người đời."* Bà Hứa Triết làm được như vậy. Chúng tôi đến thăm bà, trò chuyện với bà, bà ấy chỉ thấy lỗi lầm của bản thân mình, không thấy lỗi lầm của người khác.

Sống chung với người khác mà không sống được thì phải tự suy ngẫm lại bản thân mình đã làm điều gì không tốt, không thể cho rằng người khác không đúng, chỉ có mình đúng. [Làm được] như thế mới là người tu hành.

Chúng ta ngày nay tu hành vì sao không thành tựu? Vì chúng ta khởi tâm động niệm đều cho rằng người khác không đúng, chỉ có mình đúng. Quý vị đồng tu tỉnh táo mà suy ngẫm xem, rốt lại thì cái gì là đúng, cái gì không đúng? Trong chuyện này có bài học lớn lao, nghĩa lý cực kỳ sâu xa. Đồng tử Thiện Tài tham học năm mươi ba lần, chúng ta quan sát thật kỹ xem ngài học được điều gì? Thành tựu một đời của Đồng tử Thiện Tài chính là không nhìn thấy lỗi của người đời. Chỉ thấy lỗi của bản thân mình, không thấy lỗi của người đời, cho nên mỗi ngày đều có thể phản tỉnh, có thể sửa lỗi, có thể tự thay đổi làm trong sạch bản thân, một đời thành Phật.

Ngày hôm qua tôi có nói với quý vị, đó là lời chân thật. Hoàn cảnh thuận hay nghịch cũng đều là hoàn cảnh tốt để tu học thành tựu; người thiện kẻ ác đều là bậc thiện tri thức chân thật của người tu hành. Làm sao tu hành công đức viên mãn? Trong chỗ thuận cảnh hay nghịch cảnh đều sinh tâm bình đẳng. Những phẩm tính chân thành, thanh tịnh, bình đẳng từ đâu mà tu tập? Chính là từ trong các hoàn cảnh thuận hay nghịch mà tu. Thiện hay ác là do người tu tập từ trong sự việc. Từ đó nhập vào pháp môn chẳng phân hai, chúng ta mới đạt đến đại viên mãn.

Hãy thường suy ngẫm những lời dạy của Lục tổ trong Đàn kinh. Chúng ta nếu nói đến thuận cảnh hay nghịch cảnh, Lục tổ nhất định sẽ dạy: *"Thuận với nghịch là hai pháp, hai pháp không phải Phật pháp. Phật pháp là pháp chẳng phân hai."* Nói đến kẻ thiện người ác, thì *"thiện với ác là hai pháp, hai pháp không phải Phật pháp. Phật pháp là pháp chẳng phân hai."* Quý vị từ chỗ này phải thể hội được.

Cho nên, thế nào là Phật pháp Đại thừa? [Phát sinh từ] nhiều nguồn cội (đa nguyên) nhưng tánh thể không khác (nhất thể), đó là Phật pháp Đại thừa. Có [hoàn cảnh] thuận, nghịch hay không? Có [con người] thiện, ác hay không? Quả thật có, đó là nhiều nguồn cội, nhưng nhiều nguồn cội (đa nguyên) đó vẫn cùng một tánh thể (nhất thể). Chúng ta từ chỗ nhiều nguồn cội mà có thể chứng đắc được một tánh thể liền thành tựu, quý vị liền nhập vào cảnh giới giải thoát bất khả tư nghị.

Nếu dừng ở chỗ nhiều nguồn cội mà không thể khế nhập một tánh thể thì quý vị là phàm phu. Nói cách khác, quý vị không thoát được ra khỏi sáu đường luân hồi. Quý vị khởi tâm động niệm, nói năng hành động hết thảy đều tạo nghiệp. Điều này hết sức phiền toái, vì nghiệp chiêu cảm quả báo.

Nếu quý vị khế nhập một tánh thể, liền được giải thoát, siêu thoát phàm phu, nhập vào thánh vị. Điểm then chốt quan trọng chính là chỗ này. Mong rằng mọi người có thể suy ngẫm nhiều, làm cách nào khế nhập?

Hôm nay thời gian đã hết, chúng ta giảng đến đây thôi.

Bài giảng thứ 160

(Giảng ngày 24 tháng 2 năm 2000 tại Hương Cảng, file thứ 161, số hồ sơ: 19-012-0161)

Thưa quý vị đồng học, cùng tất cả mọi người.

Mời xem sách *Cảm ứng thiên*, đoạn thứ 94: *"Tham mạo ư tài, khi võng kỳ thượng. Tạo tác ác ngữ, sàm hủy bình nhân."* (Tham tiền làm liều, lừa dối người trên. Bịa đặt lời ác độc, giềm pha hãm hại người thường.)

Trong phần chú giải nói rất rõ ràng: "Đòi hỏi không chán gọi là *tham*, ngu si mê muội không biết xấu hổ gọi là *mạo*. Dốc lòng lo việc mà giữ được sự liêm khiết, đó là khí tiết lớn lao của kẻ bề tôi. Nay vì tham lam ngu muội mà lừa dối người trên, khí tiết bầy tôi ở chỗ nào? Dù có nhất thời được giàu sang phú quý nhưng phần lớn đều thấy là nhanh chóng lụn bại, con cháu khốn cùng."

Những chuyện như vậy trong xã hội hiện đại có thể nói là hết sức phổ biến. Hôm qua, cư sĩ Tam Trọng Liêu đến thăm tôi, trong khi trò chuyện, nói đến tình trạng xã hội gần đây nhất của Đài Loan, ông bảo tôi rằng so với những số liệu thống kê trong tạp chí "Mộ Tây" số 41 hồi cuối thế kỷ [trước], chủ yếu là với thanh thiếu niên nước Mỹ,[1] ông cho rằng [Đài Loan hiện nay] còn hơn thế nữa. Nghe qua câu này chúng ta phải kinh sợ cảnh giác, ngày tận thế quả thật không còn xa. Gần đây nhất, cư sĩ Tam Trọng Liêu đã in ấn tống với số lượng lớn sách *"Bách quá cách"*. Ông nói đã in xong đến 600.000 quyển. Đài Loan có dân số 21 triệu người, 600.000 quyển *Bách quá cách* này liệu có tạo ra hiệu quả gì không? Cũng chỉ là cố hết sức người, còn phải đợi xem mệnh trời.

---

[1] Ở đây nói số liệu thống kê thanh thiếu niên phạm tội ở Hoa Kỳ, được đăng trên tạp chí này.

Cho nên tôi bảo ông ấy, buổi chiều trước ngày vãng sinh, lão sư Lý [Bỉnh Nam] có nói với các học trò: *"Thế gian này đại loạn, cho dù chư Phật, Bồ Tát, các vị thần tiên có xuống trần cũng đều không cứu nổi."* Thầy lại nói: *"Chỉ có một con đường sống là chân thật niệm Phật, cầu sinh Tịnh độ."* Hiện nay tôi càng thấy lời Lý lão sư là chân thật, lại nhớ đến Pháp sư Minh Tục vì chúng ta truyền về tin tức, sơn thần ở Bắc Triều Tiên cũng đã báo tin, trên trời không an toàn, dưới đất cũng không sống được. Nghĩ đi nghĩ lại, chỉ có thế giới Cực Lạc ở phương tây là tốt đẹp. Những tin tức này thật không hề bình thường. Theo tôi thấy thì đó chính là chư Phật đại từ đại bi thị hiện.

Phàm phu trong sáu đường vốn phiền não nặng nề, chúng ta xem trong luận Bách Pháp Minh Môn thấy được, chỉ có 11 tâm sở thiện trong khi có đến 26 tâm sở ác. Sức mạnh của các tâm sở ác vượt quá xa so với các tâm sở thiện.

Vì thế, các bậc hiền thánh xưa không vị nào không xem trọng giáo dục, đặc biệt là xem trọng việc giáo dục trẻ thơ. Những quan điểm hiền thiện, hành vi hiền thiện, nhất định phải được vun bồi, nuôi dưỡng từ thuở nhỏ. Nền giáo dục của Trung quốc [xưa kia] là khởi đầu từ "thai giáo". Đối với trẻ thơ, bắt đầu giáo dục từ lúc nào? Chính là từ lúc người mẹ bắt đầu mang thai, phải dụng tâm hết sức công phu khó nhọc. Mục đích là gì? Chúng ta hiện nay thấy rất rõ ràng, mục đích đó là mong cho xã hội được an hòa tốt lành, chúng sinh chung sống hòa thuận vui vẻ, đối đãi bình đẳng với nhau, cùng giúp đỡ tôn trọng lẫn nhau, hợp tác hỗ trợ lẫn nhau.

Người được học qua đôi chút trong nền giáo dục của thánh hiền thì đều biết buông bỏ tự thân vì người khác, cho nên trật tự xã hội mới có thể được duy trì qua mấy ngàn năm. Trong mỗi một thời đại thì những người lãnh đạo quốc gia, những bậc chí sĩ nhân đức, không ai là không xem trọng giáo dục.

Cho nên, công tác giáo dục cũng không khác gì việc đắp đê ven sông ngăn lũ lụt. Nếu có chút bất cẩn, bờ đê bị vỡ thì lũ lụt gây tai họa, không cách gì cứu vãn được. Trong thời đại ngày nay, thật không may là chúng ta không hề xem trọng *"bờ đê"* giáo dục ngăn phòng, không chịu dụng tâm ngăn phòng tai họa. Giáo dục luân lý, giáo dục đạo đức, quan hệ giữa người với người đều đã hoàn toàn băng hoại. Chúng ta mở xem *Cảm ứng thiên*, những điều thiện nói trong sách này thì xã hội hiện nay thật rất khó thấy được, những điều xấu ác nói đến trong đó thì phổ biến khắp xã hội này, hơn nữa lại thêm mức độ xảy ra ngày càng dày đặc, ngày càng tăng thêm.

Phật dạy chúng ta: *"Y báo tùy trước chánh báo chuyển."* (Y báo tùy theo chánh báo mà thay đổi.) Chánh báo là lòng người, là tư tưởng, chỗ thấy biết, hành vi, tạo tác của mọi người trong xã hội. Nếu như hết thảy đều bất thiện, đó chính là như trong kinh Phật thường gọi là *"ngũ trược ác thế"* (cõi đời xấu ác với năm sự uế trược). Ngày nay, sự uế trược xấu ác đã lên đến cực điểm.

Thiên tai, nhân họa đều là quả báo. Quả báo đó làm sao có thể tránh được? Chúng ta bình tĩnh suy ngẫm, hầu như là không có khả năng tránh được. Vào lúc đó biết phải làm sao? Chúng ta thật ra không có năng lực giúp đỡ hỗ trợ người khác thì phải biết quay lại tự cứu lấy chính mình. Tự cứu lấy mình, chỉ còn cách phải tin sâu vững, lập nguyện thiết tha, nương một câu Phật hiệu, trong suốt ngày đêm không thể gián đoạn. Thực sự phải buông xả hết thân tâm, thế giới, một lòng hướng Phật, một lòng hướng về Phật A-di-đà. Đó là con đường tự cứu lấy mình.

Nữ cư sĩ Tề Tố Bình ở núi Thiên Mục, vừa mới đây tặng cho chúng ta một băng ghi hình, cho chúng ta biết nhiều điều cảm ứng qua những năm học Phật của chính tự thân bà ấy.

Trong những điều bà ấy kể, có chuyện phụ thân bà [đã chết] gá vào thân thể đứa con nhỏ của bà rồi kể với mọi người về những điều kinh khủng đáng sợ ở địa ngục. Ông này hết sức may mắn có được người con gái hiếu thuận như nữ cư sĩ Tề Tố Bình, thực sự nỗ lực tu học, hộ trì Chánh pháp. Nhờ công đức ấy, ông đã được siêu thoát khỏi địa ngục, gá vào thân thể đứa con nhỏ của bà, đem một phần những nhân duyên kết quả sự việc nói ra cho chúng ta biết, lại khuyến khích con gái ông [là nữ cư sĩ Tề Tố Bình] hãy đem sự thật này nói rộng ra cho người đời đều được biết, khuyên hết thảy người đời dứt ác tu thiện, quay đầu là bờ. Trước đây chúng ta ngu si mê muội, tạo tác nhiều nghiệp ác, nhưng chỉ cần một hơi thở này còn chưa chấm dứt, quay đầu hướng thiện đều vẫn còn kịp.

Điều này trong kinh điển Đại thừa, đặc biệt là trong kinh Quán Vô Lượng Thọ Phật, đức Phật vì chúng ta giảng giải rất rõ ràng, cũng nêu ra rất nhiều trường hợp minh họa. Vào thời Phật tại thế, vua A-xà-thế phạm năm tội nghịch, mười nghiệp ác. Chúng ta suy ngẫm lại, trong một đời này tuy chúng ta tạo nhiều nghiệp ác nhưng cũng không nghiêm trọng như vua A-xà-thế. Trong kinh Phật dạy chúng ta, vua A-xà-thế vào lúc lâm chung sám hối, biết được tự thân mình suốt một đời làm những việc sai lầm, liền hồi tâm chuyển ý, hết lòng sửa đổi lỗi lầm, niệm Phật được vãng sinh đúng như tâm nguyện. Trong kinh Phật dạy chúng ta rằng, vua đạt được *Thượng phẩm trung sinh*. Tôi đọc đến đoạn kinh văn này hết sức kinh ngạc. Điều tôi kinh ngạc ở đây là, phạm năm tội nghịch sám hối được vãng sinh thì tôi tin chắc, không lấy làm lạ, thế nhưng phẩm vị vãng sinh được cao đến thế là điều mà tôi không thể nghĩ đến.

Cho nên tôi hiểu được rằng, cầu sinh Tây phương có hai phương thức. Phương thức thứ nhất là sự tu tập bình thường, huân tập lâu ngày như chúng ta, y theo những lời dạy trong kinh luận, chơn chất thật thà vâng làm theo lời dạy, tích lũy công đức, cầu nguyện vãng sinh. Phương thức thứ hai là [đối với người đã lỡ] tạo tác nhiều nghiệp ác, lúc lâm chung sám hối được vãng sinh. Đó là hai phương pháp.

Công đức sám hối thật không thể nghĩ bàn, chúng ta nhất định không được xem thường, cũng như khi thấy những người tạo tác nghiệp ác, không thể xem thường khinh chê họ. Chúng ta là người phàm mắt thịt, nhìn không thấy được. Những người ấy nếu khi lâm chung chân thật sám hối, có khả năng họ được vãng sinh với phẩm vị còn cao hơn chúng ta. Điều này rất có khả năng xảy ra, chúng ta sao có thể xem thường khinh chê người khác?

Cho nên, học Phật thì điều quan trọng thiết yếu nhất là trong lúc xử sự, đối đãi với người, tiếp xúc muôn vật, ở đâu cũng phải khiêm tốn, nhẫn nhịn nhún nhường, việc gì cũng phải tôn trọng người khác, [như vậy thì] đối với bản thân mình nhất định sẽ được lợi ích. Đó là điều chúng ta phải học tập theo.

Đạo trường của cư sĩ Tam Trọng Liêu có mấy trăm vị đồng tu, mỗi ngày đều dùng sách *"Bách quá cách"* để phản tỉnh, kiểm điểm tự thân về những lỗi lầm trong ngày hôm đó rồi sám hối, sửa lỗi. Đó là học theo *Liễu Phàm tứ huấn*, đem *Liễu Phàm tứ huấn* vận dụng vào thực tế đời sống hằng ngày. Phương thức tu hành như vậy rất hữu hiệu, nhưng nhất định phải duy trì lâu dài mới thu được kết quả.

Không giữ tâm bền bỉ, tâm nhẫn nại, trong Phật pháp gọi đó là biểu hiện phước mỏng, cũng có thể nói là không có phước báo, phước báo hết sức mỏng manh. Người như thế cho dù có phát nguyện muốn tu hành nhưng vẫn cứ ngày ngày tạo nghiệp. Chúng ta hết sức khách quan mà quan sát thấy, tuyệt đối không phải trù ếm họ, con đường tương lai của họ thật tối tăm mờ mịt, không tránh khỏi rơi vào ba đường ác.

Đó là vì tự mình không thể phát tâm phấn chấn, không thể khắc phục được khiếm khuyết nhược điểm, tập khí của mình.

Thế nào là người thực sự có phước báo? Người xưa gọi là: *"Nghiêm khắc kiềm chế tự thân, khoan dung đối đãi với người khác."* Người như vậy là có phước báo. Đối với mình phải hết sức nghiêm khắc, khắc phục những phiền não, tập khí của tự thân. Nếu như phiền não, tập khí nặng nề, nghiệp chướng quá nặng nề, bậc cổ đức dạy chúng ta phải tu học sử dụng phương pháp lễ Phật sám hối. Phương pháp này rất hữu hiệu. Buông bỏ muôn duyên, mỗi ngày lễ Phật ba trăm lạy. Người xưa vận dụng phương pháp này, trong ba năm nghiệp chướng tiêu trừ, trí tuệ hiện tiền, khắp nơi đều là như vậy.

Khi tôi mới học Phật pháp, Pháp sư Sám Vân dạy tôi phương pháp này. Vào lúc đó, tôi với ngài cùng sống chung trong một căn lều tranh, mỗi ngày ngài lễ Phật ba trăm lạy. Ngài lạy Phật hết sức chậm rãi. Tôi ở trong lều tranh ấy, mỗi ngày lễ Phật tám trăm lạy, được khoảng năm tháng rưỡi. Trong lều tranh ấy còn có Pháp sư Đạt Tông, người vùng Đông Bắc, mỗi ngày lễ Phật đến một ngàn hai trăm lạy.

Thời gian lễ Phật của chúng tôi chia làm ba lần trong ngày. Sáng sớm lúc ba giờ bắt đầu lễ Phật cho đến năm giờ, được hai tiếng đồng hồ. Buổi trưa, sau khi ăn trưa và đi kinh hành xong, lễ Phật khoảng một giờ đồng hồ. Chiều tối, sau khi ăn xong, lễ Phật từ sáu giờ cho đến tám giờ. Trên núi ấy lúc chín giờ thì đi ngủ. Chín giờ đi ngủ, hai giờ sáng thức dậy, sinh hoạt mỗi ngày luôn luôn theo đúng quy luật. Cho nên, [thời gian] ở trên núi ấy đích thực có thể sám hối tiêu trừ nghiệp chướng.

Biết được một phương pháp rồi, chỉ cần có thể kiên trì không thay đổi, người như vậy là có phước báo, người như vậy suốt đời luôn thắng tiến trên đường thành công, trên đường giải thoát.

Cho nên, chúng ta đọc *Cảm ứng thiên*, đây là Đại sư Ấn Quang dạy bảo chúng ta, hãy dùng quyển sách nhỏ này để mỗi ngày tự phản tỉnh, tự kiểm điểm bản thân mình. Nếu như thấy tự mình vẫn thường phạm vào những nghiệp ác [nói đến trong sách], thì tự trong lòng liền hiểu biết rõ ràng rằng nhất định phải đọa vào địa ngục. Nếu như biết sợ cảnh khổ địa ngục thì phải gấp rút quay đầu hướng thiện.

Hôm nay thời gian đã hết, chúng ta giảng đến đây thôi.

Bài giảng thứ 161

(Giảng ngày 25 tháng 2 năm 2000 tại Hương Cảng, file thứ 162, số hồ sơ: 19-012-0162)

Thưa quý vị đồng học, cùng tất cả mọi người.

Mời xem sách *Cảm ứng thiên*, đoạn thứ 94: *"Tham mạo ư tài, khi võng kỳ thượng. Tạo tác ác ngữ, sàm hủy bình nhân."* (Tham tiền làm liều, lừa dối người trên. Bịa đặt lời ác độc, gièm pha hãm hại người thường.)

Bốn câu này, lần trước đã giới thiệu hai câu đầu. Hôm nay chúng ta xem tiếp hai câu sau. Hai câu sau này, phần chú giải nói rất rõ, chúng ta đọc qua rồi liền biết được sự nghiêm trọng của tội lỗi này.

Gièm pha cũng giống như ngày nay chúng ta gọi là nói hai lưỡi, nói thêu dệt. Trong bốn lỗi của khẩu nghiệp thì hai lỗi này nặng nề hơn, nhưng tất nhiên là dù lỗi nào trong đó cũng đều có liên quan đến cả bốn lỗi.

Phần chú giải nói với chúng ta rằng: *"Người khác cho dù có lỗi, cũng nên uyển chuyển giúp họ che giấu."* Câu này hết sức quan trọng thiết yếu. Các bậc thánh hiền thế gian cũng như xuất thế gian, không vị nào không dạy người tích lũy công đức, mà trong việc tích lũy công đức thì thực ra chính là ở chỗ có thể khoan dung tha thứ cho lỗi lầm của người khác. Phải từ chỗ này mà khởi sự tu tập.

Từ xưa đến nay, khẩu nghiệp là những điều chúng sinh dễ phạm vào nhất, cho nên đức Thế Tôn trong kinh điển khi dạy *"khéo giữ gìn ba nghiệp"* thì đặt khẩu nghiệp lên hàng đầu. Dụng ý này chúng ta cần phải biết, cần phải thể hội được.

Tôi cũng thường khuyên bảo khuyến khích quý vị đồng tu, không được xem thường mà dễ dàng nói ra những lỗi lầm của người khác. Nguyên nhân vì sao? Tự bản thân chúng ta có rất nhiều lỗi lầm. Tự thân mình có lỗi thì có tư cách gì nói lỗi người khác? Đó là lẽ thường tình. Nhưng đến một ngày khi chúng ta không còn lỗi lầm gì nữa, tôi vẫn tin chắc rằng quý vị nhất định không nên nói lỗi người khác.

Không chỉ là chư Phật, Bồ Tát răn dạy ta như vậy, chúng ta xem các bậc tổ sư, đại đức, các vị hiền nhân ở thế gian, ví như người khác có lỗi các ngài cũng đều linh hoạt uyển chuyển giúp họ che giấu. Lời dạy này là của Nho gia, là của các bậc hiền nhân quân tử.

Nếu như với người vốn là trong sạch, hoàn toàn vô tội, quý vị lại bịa đặt lời đồn đại, bóp méo sự thật để hủy báng, làm nhục người ấy, sự độc ác nguy hại này còn hơn cả đao phủ, còn hơn cả loài lang sói. Như vậy là tạo nghiệp tội cực kỳ nặng nề. Người ta vốn không có tội, quý vị bày vẽ, bịa đặt lời đồn đại để hãm hại người, những kẻ nghe lời đồn đại bịa đặt của quý vị đa phần là những người ngu, không có năng lực phân biệt tà chính, dễ dàng tin theo lời của quý vị, cho đó là sự thật, gây ra hậu quả thật không dám nghĩ đến. Trong chú giải trích dẫn thơ xưa, có đoạn viết: "Thơ xưa có câu: *'Sàm ngôn thận mạc thính, thính chi họa ương kết.'* (Lời giềm pha phải thận trọng đừng tin, tin theo ắt có tai ương họa hại.)

Những lời nói hai lưỡi, nói thêu dệt là nguy hại ghê gớm nhất. Trong phần này nêu ra một số trường hợp điển hình. Vua nghe [lời giềm pha], đại thần liền bị giết. Trong lịch sử chúng ta cũng thấy được rất nhiều trường hợp điển hình, những người chân chính trung nghĩa một lòng vì nước, có kẻ gian nịnh ở trước mặt vua bịa đặt thêu dệt chuyện thị phi, vua không điều tra rõ ràng sự thật lại đem người [trung nghĩa đó] ra giết mất. Từ xưa đến nay, ở khắp mọi nơi, [những chuyện như vậy] thường thấy không ít. *"Cha nghe [lời gièm pha] thì con phải chết."* Anh chị em đông người, vì việc tranh đoạt tài sản với nhau, trước mặt cha bịa đặt gièm pha, nói xấu người con khác là bất hiếu, thậm chí còn tìm những thân thích bằng hữu đặt điều nói xấu, khiến cho cha con chia lìa.

Vợ chồng với nhau, tin nghe theo những lời bịa đặt gièm pha thì dẫn đến ly hôn. Anh em với nhau, tin nghe theo những lời bịa đặt gièm pha thì từ đó không còn qua lại, tình thân đoạn tuyệt. Bạn bè với nhau, tin nghe theo [những lời bịa đặt gièm pha] thì giao tình dứt đoạn, thành ra nhạt nhẽo, xa lánh nhau. Bà con ruột thịt, nếu tin nghe theo những lời bịa đặt gièm pha thì tình cốt nhục phải dứt mất.

Cho nên, bài thơ ấy phần cuối cùng tổng kết lại: *"Đường đường tấm thân bảy thước, đừng nghe theo ba tấc lưỡi. Trên lưỡi có gươm bén, giết người không thấy máu."*

Trong kinh *Phát khởi Bồ Tát thù thắng chí lạc*, chúng ta thấy chuyện do lòng ghen ghét chướng ngại, đặt điều sinh sự, hủy báng pháp sư giảng kinh, khiến thính chúng tin theo lời bịa đặt, đánh mất lòng tin nơi pháp sư, không còn đến nghe kinh. Trong năm tội nghịch, đây là tội *"phá hòa hợp tăng"*. Trong Giới kinh kết tội này là đọa vào địa ngục A-tỳ, là nghiệp tội nặng nề nhất.

Tai hại của những lời gièm pha bịa đặt nghiêm trọng đến như thế, chúng ta không thể không cẩn thận. Những lời gièm pha hủy báng vẫn thường bên tai, chúng ta phải có trí tuệ để phân biệt. Trong quá khứ, tôi với Hàn Quán trưởng hợp tác ba mươi năm. Ba mươi năm là một quãng thời gian tương đối dài, cũng thường có những lời gièm pha hủy báng. Hàn Quán trưởng là người có trí tuệ minh triết. Khi gặp những trường hợp như vậy, bà luôn điều tra, truy cứu đến tận ngọn nguồn sự việc, cho nên những kẻ gièm pha hủy báng không dám nói ra trước mặt bà. Người hiểu biết sáng tỏ ắt phải truy cứu đến tận ngọn nguồn sự việc, điều tra chân tướng sự thật, không dễ dãi một mực mê muội tin theo ngay.

Hiện tại, sau khi Hàn Quán trưởng vãng sanh, tôi được cư sĩ Lý Mộc Nguyên hộ trì, những lời gièm pha hủy báng như vậy chỉ có tăng thêm chứ không giảm bớt. Cư sĩ Lý Mộc Nguyên là người sáng suốt, là người có trí tuệ, có công phu an định. Tuy nhiên, ông không điều tra, truy cứu đến ngọn nguồn sự việc giống như bà Hàn Quán trưởng, chỉ tuyệt đối không tin theo. Bất kể quý vị nói như thế nào, ông ấy chỉ nghe rồi bỏ ngoài tai. Đây chính là như lời người xưa nói: *"Lời đồn đại không qua được kẻ trí."* Đó là người có trí tuệ. Người tin theo những lời đồn đại bịa đặt là ngu si, ngu si đến mức cùng cực.

Trong kinh điển, đức Phật dạy rằng, tạo nghiệp ác khẩu thì sau khi chết đọa vào địa ngục đao binh, kéo lưỡi. Chúng ta xem trong kinh Địa Tạng thấy đủ các loại khổ báo trong địa ngục như núi đao, vạc dầu, bị kéo lưỡi. Những loại [khổ báo] này đều là do khẩu nghiệp chiêu cảm.

Còn phải xem [những nghiệp đã tạo] có ảnh hưởng lớn hay nhỏ. Nếu như gây ảnh hưởng lớn lao, thời gian ảnh hưởng lâu dài thì [quả báo] hết sức thê thảm, đọa vào địa ngục A-tỳ, vĩnh viễn không được tái sinh cảnh giới khác.

Chúng ta học Phật, học Phật chính là học khai mở trí tuệ. Tối qua, cũng tại nơi này chúng ta đã giảng giải về *"năm mươi ba lần tham học của Đồng tử Thiện Tài"* [trong kinh Hoa Nghiêm]. Sau cùng trong phần tham học với Bồ Tát Văn-thù có một đoạn, chúng ta đọc thấy Bồ Tát Văn-thù khen ngợi Đồng tử Thiện Tài, Đồng tử Thiện Tài đưa ra những đề xuất thỉnh giáo, đoạn này rất đáng cho chúng ta học tập.

Không chỉ là đáng học, mà nếu ai thực sự phát tâm, mong cầu quả vị Vô Thượng Bồ-đề thì đều phải học tập phát tâm Bồ-đề, tu tập hạnh Bồ Tát. Mười điều ác là hành vi của ma quỷ, không phải hạnh Bồ Tát. Tin nghe theo những lời gièm pha bịa đặt là thuận theo ma quỷ. Cự tuyệt, bác bỏ những lời gièm pha, đó là thuận theo chư Phật, Bồ Tát. Mọi việc lành hay dữ, họa hay phúc [đều quyết định] chỉ trong khoảng thời gian một ý niệm, chỉ người có trí tuệ chân thật mới biết xem xét chọn lọc. Người không có trí tuệ chân thật, dễ dàng tin nghe theo những lời đồn đại, bị hoàn cảnh bên ngoài tác động sai sử thì cho dù có tinh tấn nỗ lực tu trì cũng không đạt được kết quả. Sự thật này từ xưa đến nay đã có quá nhiều rồi.

Người học Phật rất nhiều, người thành tựu rất ít. Người niệm Phật rất nhiều, người vãng sinh rất ít. Không chỉ là đối với người khác, do ganh ghét đố kỵ mà đặt điều sinh sự, thậm chí đối với kiến giải về pháp môn tu tập cũng gây ra tội hủy báng giáo pháp. [Việc này] trong những năm qua chúng ta nghe biết rất nhiều.

Có nhiều người hủy báng bản Hội tập kinh Vô Lượng Thọ của cư sĩ Hạ Liên Cư, phê bình với ác ý. Điều này tạo thành tội nghiệp nặng nề, hết sức nặng nề! Tin nghe theo những lời hủy báng này đều là những người có trình độ học Phật thấp kém. Nếu như người có trình độ học Phật cao, những lời hủy báng như thế chỉ cần nhìn qua là thấu suốt. Chỉ những người trình độ thấp kém mới tin nghe theo những lời đồn đại vô căn cứ. Gây chướng ngại cho sự vãng sinh của một người, tội lỗi ấy làm sao gánh nổi?

Ngày nay trong thế giới này, những người nào ngợi khen tán thán bản Hội tập của cư sĩ Hạ Liên Cư? Chúng ta có thể so sánh được với các vị ấy chăng? Tôi giảng kinh đã bốn mươi mốt năm, năm bản Hán dịch kinh Vô Lượng Thọ tôi đều đã đọc qua, bản Hội tập của Vương Long Thư tôi cũng đã đọc qua. Chỉ riêng bản [Hội tập] của Ngụy Mặc Thâm tôi hiện có nhưng chưa xem qua, nói thật với quý vị như vậy. Vì sao tôi chọn bản Hội tập của cư sĩ Hạ Liên Cư để giảng giải, giới thiệu với mọi người? Tôi không phải mù tối, cũng không phải do tình cảm. Tôi với lão cư sĩ Hạ Liên Cư chưa từng gặp mặt, không có giao tình, nhưng tôi chỉ dựa trên sự thật mà luận xét, bản Hội tập của ông đích thực là tập đại thành từ năm bản gốc Hán dịch.

[Hãy nói đến một số người như] Lão Hòa thượng Tuệ Minh, Lão cư sĩ Mai Quang Hy, trong quá khứ là Lão Pháp sư Từ Chu. Lão Pháp sư Từ Chu tại Đài Loan có hai người học trò, một người là Lão Hòa thượng Đạo Nguyên, đã vãng sanh rồi, còn người kia là Pháp sư Sám Vân, tại Đài Loan được mọi người hết sức kính ngưỡng. Đó là những học trò của Từ Lão Pháp sư. Những vị này, khi đọc qua bản [Hội tập của cư sĩ Hạ Liên Cư] đều ngợi khen xưng tán.

Người đầu tiên mang bản Hội tập này ra phân chia chương đoạn chính là Pháp sư Từ Chu. Tôi có thực hiện một bản phân chia chi tiết. Bản phân mục của tôi lấy bản phân chia của Pháp sư Từ Chu làm cơ sở rồi phân chia chi tiết hơn, trong đó có rất nhiều tiêu đề khoa mục dùng y theo nguyên văn của Pháp sư Từ Chu.

Tôi không phải người ngu si, cũng không dễ dàng bị người khác tác động. Bản Hội tập này là Lão cư sĩ Lý Bỉnh Nam dạy cho tôi. Tôi xem qua rồi, tỉ mỉ so sánh với các bản khác, thấy quả thật bản này có những chỗ hay hơn, cho nên tôi mới phát tâm tuyên dương bản Hội tập này. Tôi tin rằng ngày nay có nhiều người hủy báng chê bai bản Hội tập này đều là có dụng ý riêng, họ không sợ tạo nghiệp, không sợ cảnh khổ địa ngục. Tôi thì rất sợ.

Trong những năm qua, rất nhiều người y theo bản Hội tập này [tu tập] được cứu độ, được vãng sinh, có những điềm lành hy hữu, chúng ta vẫn thường nghe nói đến, thậm chí có cả băng ghi hình, hình ảnh ghi lại cho chúng ta xem rõ. Tôi xem qua hết sức vững tâm. Chúng ta ở đây có được chứng cứ rõ ràng.

Cho nên, tội nói dối, nói hai lưỡi, nói lời gièm pha hủy báng là cực kỳ nghiêm trọng, phá hoại gia đình người khác, chia lìa tình thân cốt nhục của người, phá hoại Tăng đoàn, hủy diệt Phật pháp, làm dứt mất pháp thân tuệ mạng của người khác. Đức Phật trong kinh điển, giới luật nói đến điều này rất nhiều, chúng ta cần phải đọc cho thật kỹ lưỡng, phải chi ly phản tỉnh, quyết định không gây tạo nghiệp ác thì con đường tương lai của chúng ta sáng tỏ rõ ràng. Nếu như không tin Tịnh độ, không niệm Phật [cầu vãng sinh] thì nhất định cũng được sinh về cõi trời hưởng phước, không rơi vào đọa lạc.

Vì thế, không thể vì một chút thích ý nhất thời cho sướng miệng mà tạo ra nghiệp ác nghiêm trọng như thế. Phải đặc biệt cẩn thận, đặc biệt lưu tâm chú ý, tuyệt đối không truyền bá những lời vô căn cứ. Phải thực sự giống như cư sĩ Lý Mộc Nguyên, [khiến cho lời đồn đại] không qua được người có trí, nghe qua rồi là xem như xong, tuyệt đối không nhắc lại. Tạo thành nghiệp tội hay tích lũy công đức đều là do ở một câu này.

Bài giảng thứ 162

(Giảng ngày 27 tháng 2 năm 2000 tại Hương Cảng, file thứ 163, số hồ sơ: 19-012-0163)

Thưa quý vị đồng học, cùng tất cả mọi người.

Mời xem sách *Cảm ứng thiên*, đoạn thứ 95: *"Hủy nhân xưng trực, mạ thần xưng chính."* (Làm hại người khác, tự cho là ngay thẳng; bôi nhọ thần thánh, tự cho là chân chánh.)

Trong phần chú giải có mấy câu, tôi đọc qua một lần, xin mọi người lắng nghe: "Người quân tử tự mình xây dựng bản thân, việc cần làm chính là từ bản thân mình phải làm sao cho chân chánh ngay thẳng, không có gì tà vạy, suy nghĩ phải chính trực. Nếu tự thân mình còn chưa chính trực, chỉ lấy việc hủy báng, hại người mà cho là chính trực thì đánh mất lương tâm, sao có thể gọi là chính trực được? Hơn nữa, người chính trực thì lòng trung hậu, điều cần nói liền nói ra, giúp người khác sửa lỗi thì tâm chân thành có thừa nhưng nói ra không hết, vậy mới gọi là chính trực. Kẻ hủy báng người khác, làm ô nhục người khác chỉ để thỏa mãn cơn giận của mình, thế mà lại tự cho mình là ngay thẳng, há chẳng đáng thương đáng giận lắm sao! Lão tử nói: Người thông minh xét nét sâu xa mà gần với cái chết, là người ưa thích chê bai bàn luận về người khác."

Trước hết chúng ta xem qua đoạn này. Căn bệnh nặng này có rất nhiều người trong chúng ta, đặc biệt là những con người hiện đại, rất thường mắc phải: hủy báng người khác. Người khác có lỗi lầm sai sót, ta nhất định làm cho những lỗi lầm ấy càng nặng nề hơn, càng tăng thêm gấp nhiều lần. Nếu không có lỗi lầm gì, cũng đem lỗi lầm vu vạ cho người. Như vậy rồi tự cho mình là ngay thẳng, chính trực.

Chúng ta xem, các bậc cổ đức dạy bảo chúng ta, trước đây là những người đọc sách hiểu lý lẽ, ngày nay là những người học Phật. Người học Phật thì đức hạnh, học vấn đều hơn so với người quân tử [xưa kia]. Đối với việc này, Đại sư Ấn Quang vẫn thường chê trách Hoàng đế Thuận Trị về việc hủy bỏ chế độ khảo thí, khiến cho tố chất [phẩm hạnh] trong nhà Phật suy thoái nghiêm trọng. Nếu giữ theo chế độ [khảo thí] của thời xưa, chúng ta muốn xuất gia nhưng nếu không đủ tư cách thì không thể vượt qua được kỳ khảo thí.

Cho nên, quý vị xem trong Kinh điển xưng tán người xuất gia là "bậc thầy của trời người". Quý vị [xuất gia] không chỉ là bậc thầy khuôn mẫu của thế gian, mà còn là bậc thầy khuôn mẫu của cả chư thiên ở các cõi trời Dục giới, Sắc giới. Vì sao vậy? Vì chân chánh ngay thẳng không tà vạy. Cho nên mới được cả trời đất quỷ thần, mọi người trong xã hội đều tôn kính. Vì tâm của quý vị chân thành, lời nói của quý vị chính trực. Nếu tự bản thân mình không ngay thẳng, tâm ý tà vạy, thì quý vị có tư cách gì chê trách người khác?

Quý vị xem như nữ cư sĩ Hứa Triết, một trăm tuổi chưa từng sinh tâm giận tức, chưa từng chê trách người khác. Nếu không thể sống chung [hòa hợp] với người khác thì phải quay lại tự trách mình. Tôi nghe bà ấy nói rằng: "Tự mình đã làm điều không tốt mới khiến cho người khác ghét bỏ." Suốt đời không ghi nhớ sai lầm của người khác, không ghi nhớ những lời nói, việc làm xấu của người khác. Suốt đời chỉ ghi nhớ trong lòng những điều tốt đẹp của người khác. Quý vị nghĩ xem, tấm lòng như vậy lương thiện biết bao, hành vi như vậy lương thiện biết bao. Cho nên, bà ấy sống đến một trăm lẻ một tuổi, tinh thần, thể lực so ra không khác với người ba, bốn mươi tuổi. Thầy Ngộ Hoằng gặp bà ấy rồi thì tự than trách mình không bằng bà ấy. Thầy chỉ mới bốn mươi tuổi thôi!

Nhưng tự trách mình không bằng [bà ấy] là chưa đủ. Cần phải nỗ lực học tập, phải hướng theo bà ấy mà học tập, như vậy mới được. Trong khi giảng giải tôi vẫn thường nói, quý vị hai mươi tuổi học [Phật] thì quý vị vĩnh viễn ở độ tuổi hai mươi. Quý vị ba mươi tuổi học [Phật] thì vĩnh viễn ở độ tuổi ba mươi. Quý vị bốn mươi tuổi học [Phật] thì vĩnh viễn ở tuổi bốn mươi. Nhưng quý vị phải thực sự chịu học.

Nếu như tự mình tâm địa tà vạy, việc làm không chính trực, nhưng lại hủy báng người khác, bề ngoài lại tỏ ra mình là người rất chính trực, trong đoạn này nói rằng, [như vậy là] quý vị đã táng tận lương tâm, quý vị tạo thành nghiệp tội cực kỳ nặng nề, quả báo của quý vị phải vào địa ngục A-tỳ. Trong kinh Phật nói đến các địa ngục kéo lưỡi, địa ngục núi đao, địa ngục chảo dầu... Các loại địa ngục ấy đều là do quả báo chiêu cảm của những nghiệp tội này.

Quả báo trong địa ngục không phải là do Diêm vương bày ra, mà chính là cảnh giới do tâm địa xấu ác, hành vi xấu ác của quý vị biến hiện, tự mình làm, tự mình chịu.

Trong đoạn này nói rất hay: "Người chính trực thì lòng trung hậu." Nghĩa là tốt đẹp tử tế. Hiện tại có ít người giữ được lòng trung hậu. Trung đó là gì? Là trong lòng chân chánh, không một mảy may thiên lệch, không mảy may tà vạy. Như vậy gọi là trung. Trung như vậy, nói thật ra chính là sự chân thành. Chân thành là trung, trung là chân thành. Trong tâm quý vị có sự lệch lạc, khuất tất, có sự thiên lệch, tà vạy, như vậy là quý vị không có lòng trung, quý vị cũng không có tâm chân thành. Lời nói, việc làm của quý vị tự nhiên khắc nghiệt không tốt, không có sự nhân hậu tốt đẹp.

"Điều cần nói liền nói ra." Lời nói ra phải có sự suy tư khảo xét. Trong sách Luận ngữ nói: "Suy nghĩ ba lần rồi mới làm." Muốn mở miệng nói ra, trước hết phải suy nghĩ, lời này có nên nói hay không? Có đáng nói ra không? Trong Bốn nhiếp pháp, Phật dạy chúng ta "ái ngữ". Ái ngữ là ý nghĩa gì? Là nhất định phải thương yêu bảo vệ cho đối phương. Ái ngữ không phải là những lời nói dễ nghe, không phải những lời siểm nịnh, ton hót, mà là những lời thương yêu bảo vệ chúng sinh. Những lời ngăn lỗi khuyến thiện mới đích thực là ái ngữ, giúp người khác có thể sửa lỗi hoàn thiện.

Thế nhưng ngôn ngữ cũng có chỗ giới hạn, cho nên bao giờ cũng là "tâm chân thành có thừa nhưng nói ra không hết". Trong lòng quý vị chân thành muốn giúp đỡ hỗ trợ người khác sửa lỗi, làm trong sạch bản thân, chân thành muốn thành tựu cho người khác, trong lòng quý vị phải có thừa như vậy, nhưng ngôn ngữ chỉ đến mức giới hạn, [nói ra không hết], như vậy mới có thể cảm động được người, đó là chính trực.

Người hủy báng người khác, làm nhục người khác, chửi mắng người khác, trong đoạn này nói rất hay, đó chỉ là "thỏa mãn cơn giận của tự thân". Tự mình mắng chửi người rất khoái thích, lại xem đó là ngay thẳng, trong đoạn này gọi là "đáng thương đáng giận". Câu nói của Lão tử rất hay: "Người thông minh xét nét sâu xa mà gần với cái chết, là người ưa thích chê bai bàn luận về người khác." Người "thông minh xét nét sâu xa", trong nhà Phật gọi là "hiểu rộng chuyện đời". Xét nét sâu xa những gì? Đó là dòm ngó, xoi mói lỗi lầm của người khác, thích thú thu thập những lỗi lầm của người khác, thích thú lắng nghe những lỗi lầm của người khác. Người như vậy là gần với cái chết rồi, không được chết một cách tốt lành. Trình tử nói: "Người quân tử đối với người khác, phải trong chỗ có lỗi mong cho họ không có lỗi, không nên trong chỗ không có lỗi lại cầu cho họ có lỗi. Nhân đó tự trách mình mà quay lại đường tốt."

Đối đãi với người khác như thế nào? Đối với bản thân mình như thế nào? Đối đãi với người khác phải ở trong chỗ họ có lỗi lầm mà quan sát thấy chỗ không lỗi lầm của họ, cũng là quan sát những điểm tốt đẹp của họ. Đối với bản thân mình thì hết thảy đều ngược lại, trong chỗ tự thân không thấy lỗi lầm phải chú tâm kiểm điểm, tìm cho ra được lỗi lầm của mình.

Cuối cùng có một câu kết lại rất hay: "Người sống ở đời, khẩu nghiệp hết sức lớn lao, cho nên đức Thái Thượng phải ba lần răn cấm." Trong kinh Phật cũng vậy, câu thứ nhất là "Khéo giữ gìn khẩu nghiệp, không chê trách lỗi người."

Mỗi ngày [chúng ta] đều tạo tác nghiệp tội, đặc biệt là những người xuất gia. Người xuất gia tạo nghiệp tội so với người tại gia phải nặng hơn gấp nhiều lần. Quý vị hẳn sẽ thắc mắc là tại sao? Đó là vì quý vị mang y phục của người xuất gia, mang hình tượng của người xuất gia, quý vị là đại diện, là biểu tượng của chư Phật, Bồ Tát, nên quý vị tạo tội nghiệp là hủy nhục chư Phật, Bồ Tát. Trong kinh Phật thường nói, hủy báng Phật pháp, phá hòa hợp tăng, đó là quý vị phá hoại đi hình tượng của Phật giáo, khiến cho rất nhiều người trong đại chúng xã hội nhìn thấy hành vi của quý vị mà không dám học Phật, cũng do đó mà họ hủy báng Phật, hủy báng Giáo pháp, hủy báng Tăng-già.

Vì sao họ hủy báng? Vì họ nhìn vào những việc quý vị làm như vậy nên mới hủy báng, đó đều là lỗi của quý vị, đều là nghiệp tội của quý vị. Cho nên quả báo là vào địa ngục A-tỳ, muốn thoát ra được thật vô cùng khó khăn. Quý vị cũng có thể xem kinh Địa Tạng Bồ Tát Bản Nguyện, kinh Địa Tạng Thập Luân, kinh Di-lặc Bồ Tát Sở Vấn, trong các kinh ấy đều có giải thích rõ ràng chi tiết. Cho nên, tôi xem những người như vậy là to gan làm càn, quả thật lớn mật, chẳng sợ đọa địa ngục, chẳng sợ cái khổ địa ngục, mới dám tạo nghiệp tội [như thế]. Chúng ta phải biết được cảnh giới ấy.

Câu thứ hai là "bôi nhọ thần thánh, tự cho là chân chánh".

Trong phần chú giải, tôi sẽ đọc qua một lần: "Thông minh chính trực gọi là thần." Ý tứ chữ thần như vậy, ý chính là gì? Thông minh chính trực, nói rất hay, đó là ý chính. Chúng ta xem qua cách viết chữ thần (神), bên trái là chữ kỳ (礻). Chữ kỳ có ý nghĩa gì? Phần trên có một dấu chấm, một nét phẩy, thời xưa đó gọi là chữ thượng, thượng thiên, nghĩa là trên trời. Phần dưới có ba nét, đó là hiện tượng từ trên xuống, theo cách nói của chúng ta ngày nay là những hiện tượng tự nhiên, người xưa gọi là *thượng thiên thùy tượng*, những hiện tượng từ trời ban xuống. Phần bên phải [chữ thần (神)] là chữ thân (申). Chữ thân là gì? Là ý nghĩa thông đạt. Theo cách nói đơn giản nhất hiện nay là thông đạt chân tướng vũ trụ nhân sinh, đó gọi là thần. Người có khả năng thông đạt chân tướng vũ trụ nhân sinh, chúng ta tôn xưng là thần thánh. Chữ thánh cũng cùng ý nghĩa như vậy.

Cho nên ý nghĩa chữ thần, đó là loại chữ hội ý, để quý vị nhìn thấy hình tượng chữ viết thì nhận hiểu, thể hội được ý nghĩa. Người thông đạt, thấu hiểu sáng tỏ hết thảy mọi sự, "bậc quân tử đều kính sợ", những người đọc sách, hàng trí thức, đối với những bậc như thế có ai lại không tôn kính? Vì có học vấn, có đạo đức.

"Nhưng lại có hạng tiểu nhân không hề kiêng sợ, tự cho mình là chính trực, không tà vạy, có thể khuất phục quỷ thần." Đó là hạng tiểu nhân, không tin có quỷ thần, tự cho mình là không ai hơn, có thể hàng phục hết thảy quỷ thần. Họ không biết rằng mọi suy tưởng chi ly trong lòng họ, quỷ thần đều đã sớm nhìn thấy thấu suốt. Quý vị vừa khởi tâm động niệm, quỷ thần liền đã thấy biết, đã nhìn thấu rõ, quý vị do nơi đó mà tạo nghiệp tội.

Quả báo ở thế gian này, đặc biệt là trong hiện tại, đến rất nhanh chóng. Quý vị chỉ cần chú tâm quan sát một chút là nhận hiểu rõ ràng ngay. Quý vị nhìn xem những người tạo tác nghiệp tội, nếu quý vị đã xem qua báo cáo của nữ cư sĩ họ Tề ở Thiên Mục Sơn, quý vị sẽ thấy bà ấy mở ra đạo trường chưa được mấy năm, chỉ mới hơn bốn năm, còn chưa được năm năm, mà những sự tích cảm ứng quả báo thật quá nhiều, đếm không hết được.

Chúng ta ngày nay tạo nghiệp tội, dường như không thấy quả báo hiện tiền. Điều đó trong kinh giảng rằng, là do quý vị trong đời quá khứ từng tu phúc đức, phần phước báo ấy nay còn chưa hưởng tận. Đợi khi phước báo đã hưởng hết rồi, quả báo xấu ác liền hiện tiền, đến lúc ấy dù hối tiếc cũng không còn kịp nữa.

Làm người phải hiểu rõ lý lẽ. Trong quá khứ quý vị từng tu phúc, tạo nghiệp tội không biết sợ, còn có chút phúc đức bảo hộ, che chở quý vị. Tôi không dám [như vậy]. Khi tôi còn trẻ, biết bao người xem tướng đoán mệnh cho tôi đều nói đời trước tôi không tu phúc, cho nên lúc còn tuổi trẻ tôi phải sống những ngày hết sức sức khổ nhọc. Khi tôi học Phật, rất nhiều quý vị đồng tu đều biết, phải trải qua mười lăm năm đời sống hết sức sức gian nan. Cũng có những người bạn trong giới xuất gia, nhìn thấy cuộc sống của tôi ở Đài Trung thì đều lắc đầu, dù bất kỳ ai cũng không thể chịu đựng nổi. Tôi không có phước báo, đời trước không có tu.

Hiện nay đến lúc tuổi già, mọi người đều thấy đời sống của tôi cũng không đến nỗi tệ. Đó là trong đời này sau khi học Phật tôi mới biết tu phúc. Cho nên tôi tu trong đời này, được quả báo ngay trong đời này, quý vị có thể nhìn thấy được.

Quý vị đều dựa vào phúc đức đã tu trong đời quá khứ. Nếu quý vị chịu tu phúc, những năm tuổi già của quý vị nhất định sẽ tốt đẹp hơn tôi rất nhiều. Người ta vì sao không biết tu phúc mà chỉ tạo nghiệp tội? Đức Thái Thượng đã giảng với chúng ta, trong Âm Chất Văn của Văn Xương Đế Quân cũng giảng rõ với chúng ta: *"Ngẩng đầu ba thước có thần minh."*

Đức Phật dạy chúng ta rằng, có hai vị thần, suốt đời đi theo chúng ta không rời, một vị gọi là Đồng Sinh, một vị gọi là Đồng Danh. Hai vị thần này trụ trong thân thể của ta, như hình với bóng không xa lìa. Chúng ta làm việc thiện hay việc ác, hai vị thần này lập tức báo cáo lên cõi trời. Chúng ta khởi tâm động niệm, thậm chí tự mình còn chưa kịp hiểu rõ thì các vị thần này đã biết hết rồi.

Con người phải luôn gìn giữ tâm lành. Một đời tôi tự mình tu học, khuyên dạy người khác, giữ tâm lành chính là *"chân thành, thanh tịnh, bình đẳng, chánh giác, từ bi"*, vận dụng vào đời sống hằng ngày, vận dụng vào trong công việc, vận dụng vào trong sự ứng xử, đối đãi với người, tiếp xúc với muôn vật. Không cần biết người khác đối với ta như thế nào, ta luôn dùng tâm "chân thành, thanh tịnh, bình đẳng, từ bi" đối đãi với họ. Họ lặp lại điều ác, ta cũng không ghi nhớ điều ác của họ, chỉ nghĩ đến những điều tốt đẹp của họ thôi. Họ đối với ta có một ngày tốt đẹp, một giờ tốt đẹp, hoặc một khoảnh khắc ngắn ngủi tốt đẹp, ta đều ghi nhớ trong lòng, cảm tạ ơn đức họ. Họ đối với ta dù gây hại, dù hủy báng, làm nhục, hãm hại, hết thảy ta đều không ghi nhớ. Phải tự mình tu tập thiện tâm chân thật viên mãn, để bản thân mình trong suốt một đời này, cho đến đời đời kiếp kiếp đều vĩnh viễn sống trong cảnh giới hiền thiện. Chúng ta học theo chư Phật, Bồ Tát, học theo các bậc thánh hiền, là học những gì? Chính là học những điều như vậy.

Sống ở thế gian này, một đời một kiếp, chúng ta phải thực sự nỗ lực học tập, nhìn thấu suốt, buông bỏ hết, tự tại tùy duyên, lìa xa thị phi nhân ngã, tham sân si mạn, để phiền não của tự thân mình không sinh khởi, thì sự tu học của chúng ta mới có thành tựu. Nếu như mỗi ngày đều sinh khởi phiền não, mỗi ngày đều nhìn thấy những chỗ không tốt của người khác, đó là ta đã sai rồi. Ta không giống chư Phật, không giống chư Bồ Tát.

Khi thành lập Tịnh Tông Học Hội, tôi vì muốn khuyến khích quý vị đồng môn tu học nên đề xuất năm cương lĩnh tu học. Lại đem kinh *Vô Lượng Thọ*, là những lời răn dạy trọng yếu của Phật-đà, trích xuất thành 60 điều, đem những giáo huấn trong kinh *Phát khởi Bồ Tát thù thắng chí lạc*, trích xuất thành 40 điều, tất cả in thành một quyển sách nhỏ tên là *"Tịnh Tông đồng học tu hành thủ tắc"*. Quyển sách nhỏ này thuộc loại kinh điển thực hành, chúng ta khởi tâm động niệm, nói năng hành động đều không thể vi phạm, trái nghịch [những điều trong sách]. Đó là chúng ta thực sự học Phật, chúng ta phát nguyện cầu sinh Tịnh độ nhất định sẽ được vãng sinh.

Quyển sách nhỏ này in ra rất nhiều, phân phát rất rộng rãi, thế nhưng có mấy người nỗ lực tu học? Có được mấy người nỗ lực xem qua sách này mỗi ngày một lần? Đem những điều trong sách ra dùng để phản tỉnh, mỗi điều mỗi điều đều phản tỉnh, chúng ta có làm được như vậy hay không? Hiện tại, ở Đài Bắc có cư sĩ Tam Trọng Liêu dùng sách Bách Quá Cách để phản tỉnh, mỗi ngày đều phản tỉnh, đó chính là một người tốt trong thế gian.

Chúng ta phải dùng sách Tịnh Tông Thủ Tắc để ngày ngày chiếu theo mỗi điều mỗi điều trong đó mà phản tỉnh. Như vậy là quý vị thực sự học Phật, quý vị là đệ tử hàng đầu của Như Lai, được chư Phật hộ niệm, các vị trời rồng, thiện thần đều theo ủng hộ.

Nếu như có sự vi phạm, trái nghịch, thì quý vị là con cháu của ma, quý vị đến để phá hoại Phật pháp, quý vị là Ma vương Ba-tuần đến đây, đến để phá hoại Phật pháp. Phá hoại Phật pháp thì chẳng có gì tốt đẹp, sau khi chết ắt phải đọa vào địa ngục A-tỳ.

Hôm nay thời gian đã hết, chúng ta giảng đến đây thôi.

Bài giảng thứ 163

(Giảng ngày 28 tháng 2 năm 2000 tại Tịnh Tông Học Hội Singapore, file thứ 164, số hồ sơ: 19-012-0164)

Thưa quý vị đồng học, cùng tất cả mọi người.

Mời xem sách *Cảm ứng thiên*, đoạn thứ 96: *"Khí thuận hiệu nghịch, bội thân hướng sơ."* (Bỏ điều thuận, theo điều nghịch; bỏ người thân, theo kẻ sơ.) Những điều này đều là xấu ác.

Trong phần chú giải trích dẫn lời răn dạy của người xưa: "Đời Chu, Vệ Thạch Thác nói rằng: Vua giữ nghĩa, bầy tôi làm theo; cha hiền từ, con hiếu thảo; anh chị thương em, em kính anh chị; đó là sáu điều thuận."

Nói thuận, nói nghịch, đều nói rất cụ thể. Đó là những điều Nho gia nói. Nhà Phật giảng sâu xa hơn, thấu triệt hơn. Nhà Phật lấy tánh pháp làm tiêu chuẩn, nhà Nho lấy đạo đức, nhân nghĩa, lễ làm tiêu chuẩn. Có người nói pháp thế gian và xuất thế gian khác biệt nhau là ở chỗ này. Người có thể thuận theo pháp thế gian thì được phước báo thế gian, có thể thuận theo tánh pháp thì được phước báo xuất thế gian không gì sánh bằng.

Về pháp xuất thế gian, đức Phật giảng giải rất nhiều, chúng ta cần hiểu rõ rằng pháp xuất thế cũng không lìa thế gian, quyết định phải bao quát cả pháp thế gian, nhưng pháp thế gian thì không thể bao quát pháp xuất thế gian. Trong chỗ này cũng có sự sâu cạn, rộng hẹp khác biệt nhau. Rộng có thể bao quát hẹp, sâu có thể bao quát cạn. Chúng ta cần phải hiểu rõ ý nghĩa này.

Đức Phật dạy chúng ta, căn bản của sự tu hành là *tam*

phúc, lục hòa. Đó là căn bản quan trọng nhất. Trong *tam phúc* có mười một câu, chúng ta có thể thuận theo đó là hướng theo đạo pháp, là hướng theo đạo lớn Bồ-đề. Nếu chúng ta trái nghịch, không chỉ là các thiện pháp thế gian không thể thành tựu, mà rất thường là phải đọa vào ba đường ác. Những sự lý này, quý đồng tu chúng ta đều hiểu biết hết sức rõ ràng.

Nguồn gốc của thuận hay nghịch là ở nơi sự hiếu kính. *"Hiếu dưỡng cha mẹ, phụng sự bậc sư trưởng."* Hai câu này là căn bản mà các bậc đại thánh đại hiền thế gian cũng như xuất thế gian đều dạy chúng ta, thuận theo tánh pháp, thuận theo đạo đức, nhân nghĩa, lễ. Chư Phật Như Lai giáo hóa hết thảy chúng sinh đều từ chỗ này bắt đầu, cũng từ chỗ này trọn vẹn đầy đủ. Hiếu kính đạt đến chỗ trọn vẹn đầy đủ là thành Phật.

Chúng ta có thể nói, nền giáo dục nhà Phật suốt từ khởi đầu cho đến chung cuộc cũng chỉ là hiếu kính mà thôi. Phật đem hai chữ hiếu kính mở rộng ra đến hết thảy chúng sinh. Trong Giới kinh thường nói: *"Hết thảy nam giới đều là cha ta; hết thảy nữ giới đều là mẹ ta."* Đem sự hiếu dưỡng cha mẹ mở rộng thêm, mở rộng đến hết thảy chúng sinh trong tận cùng hư không, biến khắp pháp giới.

Chúng ta đọc thấy trong kinh Hoa Nghiêm: *"Hết thảy chúng sinh, vô tình cũng như hữu tình, đều là thiện tri thức của ta."* Trong kinh Hoa Nghiêm cũng giảng rằng, bậc thiện tri thức chính là thầy dạy. Không chỉ hết thảy chúng sinh hữu tình trong các pháp giới cùng khắp hư không đều là thầy dạy của ta, cho đến các chúng sinh vô tình cũng là thầy dạy của ta. Đó là đem việc hiếu dưỡng cha mẹ, tôn kính thầy dạy, giảng rộng ra đến mức rốt ráo trọn vẹn, giảng đến chỗ tận cùng.

Những ai có thể đem sự việc này vận dụng được vào thực tế, người ấy xem như thành Phật. Người thực sự nỗ lực vận dụng vào thực tế nhưng chưa đạt được đến mức viên mãn, đó gọi là Bồ Tát. Thực hành được đến mức viên mãn thì tôn xưng là Phật. Trái nghịch với lời răn dạy này, đó gọi là phàm phu. Chúng sinh trong sáu đường luân hồi tuy nói hiếu kính, không thể đạt đến [hiếu kính với] hết thảy chúng sinh, chỉ là đối với bậc cha mẹ, tôn trưởng của bản thân mình thôi. Thậm chí nói đến mức: *"Tôn kính nuôi dưỡng người già của mình, nên tôn kính nuôi dưỡng người già của người khác. Thương yêu nuôi dạy trẻ con của mình, nên thương yêu nuôi dạy trẻ con của người khác."* Đạt đến mức như vậy cũng đã không tệ. Nhưng thường chỉ hạn cuộc trong phạm vi một đất nước của mình, một chủng tộc của mình, không thể đạt đến chỗ như kinh Hoa Nghiêm nói là *"không phân biệt quốc độ"*.

Kinh văn ở đây dùng chữ quốc độ với nghĩa rộng, là chỉ quốc độ của chư Phật. Mỗi một vị Phật giáo hóa trong một khu vực là một đại thiên thế giới, không phân biệt quốc độ, không phân biệt chủng tộc, không phân biệt tôn giáo tín ngưỡng. Đem tâm chân thành, thanh tịnh, bình đẳng mà tận hiếu, mà tu đức cung kính, đó là Phật pháp Đại thừa.

Do đây mà người học Phật phải học cho được giống như Phật, niệm Phật phải thường nghĩ tưởng đến Phật. Phật thường giữ những tâm nào? Phật thường có những ý niệm gì? Phật sống trong đời như thế nào? Phật đối đãi với người, tiếp xúc muôn vật như thế nào? Chúng ta có thể thường xuyên nghĩ tưởng như thế, đó gọi là niệm Phật. Niệm Phật tuyệt đối không phải chỉ dừng ở câu Phật hiệu nơi cửa miệng. Nếu chỉ dừng ở câu Phật hiệu thì cũng không khác với việc ca hát, những ý nghĩa gì khác cũng đều mịt mờ không biết, như vậy quý vị làm sao được lợi ích? Niệm danh hiệu Phật, phải nghĩ tưởng đến tâm Phật, nghĩ tưởng đến hành trạng, phẩm tính của Phật, nghĩ tưởng đến cách thức Phật ứng xử, đối đãi với người, tiếp xúc với vật. Đó mới gọi là chân chánh niệm Phật.

"Quán tượng niệm Phật" là nhìn thấy tượng Phật liền nghĩ tưởng những điều như trên. Đó là quán tượng niệm Phật. Cho nên chúng ta phải biết cách niệm Phật. Biết cách niệm được lâu ngày rồi thì ý niệm của ta liền chuyển biến thành ý niệm của Phật, tâm ta biến thành tâm Phật, phẩm hạnh của ta biến thành phẩm hạnh của Phật.

Tâm Phật là hiếu, hạnh Phật là kính, hai chữ [hiếu kính] này bao quát hết toàn bộ vô lượng vô biên pháp môn mà chư Phật Như Lai đã thuyết giảng.

Chúng ta là đệ tử của Phật, bất kể là tại gia hay xuất gia, tự mình nhất định phải hiểu được rằng, chúng ta là hình tượng của Phật, là đại biểu của Phật. Chúng ta trong đời sống hằng ngày, rốt lại thì có được mấy phần giống Phật? Chúng ta có thể làm được một, hai phần, cũng là không tệ. Làm được trăm phần trăm thì quý vị thành Phật rồi. Đại khái quý vị có thể làm được khoảng ba mươi, bốn mươi phần trăm, quý vị thực sự là Bồ Tát, ắt có thể y theo lời dạy vâng làm.

Quý vị đồng học hiện tại đại đa số đều thọ trì kinh Vô Lượng Thọ. Khi tôi giảng kinh Vô Lượng Thọ cũng nhiều lần khuyến khích quý vị đồng học, chúng ta có thể hiểu rõ được những lý luận trong kinh Vô Lượng Thọ, thông đạt sáng tỏ, trí tuệ liền khai mở. Nếu có thể đem những lời răn dạy trong kinh vận dụng thực tiễn, thực hành được trăm phần trăm thì trong tương lai quý vị vãng sinh nhất định vào hàng thượng phẩm thượng sinh, có sự nắm chắc, có lòng tin. Quý vị có thể làm được đến chín phần mười thì vãng sinh hàng trung phẩm thượng sinh. Phải thực hành! Mức độ thấp nhất cũng phải làm được khoảng hai phần mười thì vãng sinh vào hàng hạ phẩm hạ sinh.

Đến như Tây phương thế giới nói có bốn độ, đó là vấn đề của tâm Bồ-đề. Tâm Bồ-đề thượng thượng phẩm là *Thường tịch quang độ*, tâm Bồ-đề thượng trung phẩm là *Thật báo trang nghiêm độ*, tâm Bồ-đề trung phẩm là *Phương tiện hữu dư độ*, tâm Bồ-đề hạ phẩm là *Phàm thánh đồng cư độ*. Minh bạch, sáng tỏ, rõ ràng bày ra trước mắt chúng ta như vậy.

Kinh điển không phải chỉ để tụng đọc, tụng đọc cho chư Phật, Bồ Tát nghe, như vậy là sai rồi. Trước [hình tượng] Phật, Bồ Tát đọc kinh là tu đức hiếu kính, cũng giống như chư Phật, Bồ Tát đang ở trước mặt chúng ta, chúng ta đọc kinh là tiếp thu lời răn dạy của chư Phật, Bồ Tát. Chúng ta thực sự nghe rõ được, nghe rõ rồi thực sự phát tâm làm theo.

Từ chỗ nào bắt đầu làm? Kinh Vô Lượng Thọ thực hết sức viên mãn, ngay trong phần Tự đã có đáp án cho chúng ta biết. Quý vị xem câu thứ nhất: *"Hết thảy đều tu tập theo đức hạnh của Đại sĩ Phổ Hiền."* Đó là cương lĩnh chung cho sự tu tập của Tịnh Độ Tông.

Kinh văn vừa bắt đầu, quý vị đọc thấy phần giới thiệu thính chúng. Vừa giới thiệu xong các chúng Thanh văn, chúng Bồ Tát, chúng Bồ Tát tại gia thì câu thứ nhất tiếp theo sau là *"Hết thảy đều tu tập theo đức hạnh của Đại sĩ Phổ Hiền."*

Tịnh độ tông tu tập những gì? Điều này đã rõ ràng, minh bạch. Từ chỗ nào hạ thủ [công phu]? *"Khéo giữ gìn khẩu nghiệp, không chê trách lỗi người"*, *"khéo giữ gìn thân nghiệp"*, *"khéo giữ gìn ý nghiệp"*, đó là dạy chúng ta chỗ bắt đầu hạ thủ công phu.

Nói về giữ gìn ba nghiệp, đem khẩu nghiệp đặt lên hàng đầu. Xã hội ngày nay vì sao hỗn loạn, náo động như thế này? Chính là vì mọi người không khéo giữ gìn khẩu nghiệp. Việc tạo nghiệp thì cả *thân khẩu ý* đều tạo nghiệp, nhưng dễ tạo nghiệp nhất là khẩu nghiệp. Cho nên kinh văn không nói [theo thứ tự] *thân khẩu ý*, mà nói *khẩu thân ý*.

Chúng ta nếu như thân có thể giữ được *"không mất luật*

nghi", luật nghi đó suy rộng ra là pháp luật, thì chúng ta làm một người sống ở thế gian này, suốt đời không việc gì phạm pháp, tuân thủ mọi quy chế, pháp lịnh của quốc gia, tuân thủ mọi phong tục tập quán của xã hội, mọi khái niệm đạo đức, hết thảy đều không vi phạm, như vậy là một người tốt.

"Khéo giữ gìn ý nghiệp, thanh tịnh không nhiễm ô." Cho nên, kinh điển vừa mở đầu đã đem cương lĩnh tu học dạy cho chúng ta. *Thân khẩu ý* đều đạt đến chỗ cực kỳ thanh tịnh, người như vậy là đã thành Phật rồi. Cho nên, chúng ta thường xem các tượng Phật, đặc biệt là các bức tượng vẽ, trên đầu đức Phật thường có vẽ một vầng hào quang tròn, trên đỉnh hào quang viết ba chữ *án*, *a* và *hồng*. *Án, a, hồng* là ý nghĩa gì? Đó là thân, khẩu và ý, thân khẩu ý đạt đến mức rốt ráo viên mãn. Cho nên, sự răn dạy của đức Phật, dạy người mới học bắt đầu từ mười nghiệp lành, cho tới mức cuối cùng là mười nghiệp lành đều viên mãn. Mười nghiệp lành viên mãn là án, a, hồng, chính là quả giác ngộ Vô thượng.

Ngàn kinh muôn luận giảng ra các chi tiết nhỏ, ở đây nói về cương lĩnh chung. Chúng ta nắm chắc được cương lĩnh chung rồi, sau đó mới dần dần học sang chi tiết. Chi tiết đó, trong Đại thừa nói là năm mươi mốt giai vị Bồ Tát, cảnh giới của mỗi một giai vị đều không giống nhau, cho dù là về mặt lý luận hay hành trì, đều có sự sâu cạn, rộng hẹp khác nhau. Do đó có thể biết rằng, giai vị thấp nhất là Bồ Tát ở địa vị Sơ tín, là giai vị thấp nhất, phải phát tâm Bồ-đề, phải thực hành Bồ Tát đạo.

Tâm Bồ-đề là gì? Trong kinh luận giảng giải rất sâu xa, không dễ hiểu được. Phật có vô lượng vô biên phương tiện, Phật dạy chúng ta phát nguyện. *"Tứ hoằng thệ nguyện"* là tâm Bồ-đề, trong mỗi một nguyện đều có bao hàm. Trong luận Khởi tín nói đến "trực tâm, thâm tâm, đại bi tâm", kinh Quán Vô Lượng Thọ Phật nói đến "chí thành tâm, thâm tâm, hồi hướng phát nguyện tâm". Những tâm này, trong bốn hoằng thệ nguyện, mỗi một nguyện đều có đủ. Cho nên, phải thực sự phát Tứ hoằng thệ nguyện. Nguyện thứ nhất "chúng sinh vô biên thệ nguyện độ", chúng sinh vô lượng vô biên, "độ" là ý nghĩa gì? Theo ngôn ngữ hiện đại mà nói, đó là giúp đỡ hỗ trợ chúng sinh, là vì chúng sinh phụng sự, phải phát tâm vì hết thảy chúng sinh phụng sự.

Một khi phát tâm như vậy, quý vị thực sự thành Bồ Tát. Kẻ phàm phu mỗi một ý niệm đều nghĩ đến phục vụ bản thân, vì gia đình riêng của mình. Đó là phàm phu. Cho nên tăng trưởng thân kiến, tăng trưởng ngã chấp. Tăng trưởng thân kiến, tăng trưởng ngã chấp, làm sao có thể thoát ra khỏi sáu đường luân hồi? Chúng ta hiện nay đều biết sáu đường luân hồi hình thành như thế nào. Sáu đường chính là do ngã kiến, ngã chấp hình thành. Phá được ngã kiến, phá được ngã chấp thì sáu đường không còn nữa, liền siêu việt sáu đường. Cho nên, một khi vừa phát tâm Bồ-đề liền siêu việt sáu đường luân hồi.

Thân này của chúng ta hiện tại ở trong sáu đường. Ở trong sáu đường không phải là thân của ta. Thân này của ta là vì chúng sinh phụng sự, là một công cụ để phụng sự chúng sinh, đó không phải là "cái ta".

Làm sao phụng sự chúng sinh? Ba điều tiếp theo sau [trong bốn hoằng thệ nguyện] đã nói ra được biện pháp cụ thể. Thứ nhất là dứt trừ phiền não. Dứt trừ phiền não có phải vì bản thân mình hay không? Không phải. Đó là vì chúng sinh, là làm để cho chúng sinh noi theo, nên đó là vì chúng sinh dứt trừ phiền não. Học các pháp môn, cũng không phải vì bản thân mình, mà là vì chúng sinh nêu gương hiếu học, hy vọng chúng sinh nhìn vào tấm gương hiếu học của mình rồi cũng có thể hiếu học.

Dứt trừ phiền não là bồi dưỡng đức hạnh của mình, học

pháp môn là thành tựu học thuật của mình, thành Phật đạo là chuyển phàm thành thánh. Xin mọi người suy ngẫm cho kỹ xem có phải đúng vậy hay không?

"Phiền não vô tận thệ nguyện đoạn" là chuyển ác làm thiện. "Pháp môn vô lượng thệ nguyện học" là chuyển mê thành ngộ. "Phật đạo vô thượng thệ nguyện thành" là chuyển phàm thành thánh. Chúng ta thực sự sáng tỏ, thực sự chịu làm, chúng ta liền giống như Phật, là hình tượng đại biểu cho Phật. Chư Phật, Bồ Tát ở đâu? Chư Phật, Bồ Tát chính là ở trong hình tượng như vậy của chúng ta. Mỗi ngày đều thực hành tạo ra hình tượng như vậy, rồi có một ngày quý vị thực sự tạo được hình tượng đó, quý vị thực sự siêu phàm nhập thánh.

Nhà Phật giảng giải trọn vẹn đầy đủ, chúng ta phải thực sự nỗ lực học tập. Kinh điển phải đọc nhiều, phải nghe nhiều, phải suy ngẫm nhiều, phải thể hội nhiều, sau đó mới đem vận dụng thực tiễn vào đời sống hằng ngày, vận dụng thực tiễn vào công việc, vận dụng thực tiễn vào ứng xử, đối đãi với người, tiếp xúc với vật. Đó là chân chánh học Phật.

Bài giảng thứ 164

(Giảng ngày 1 tháng 3 năm 2000 tại Tịnh Tông Học Hội Singapore, file thứ 165, số hồ sơ: 19-012-0165)

Thưa quý vị đồng học, cùng tất cả mọi người.

Xin mời mở sách *Cảm ứng thiên*, đoạn thứ 96: *"Khí thuận hiệu nghịch, bội thân hướng sơ."* (Bỏ điều thuận, theo điều nghịch; bỏ người thân, theo kẻ sơ.)

Trong bản văn này, từ đoạn thứ 90 cho đến đoạn này, hết thảy đều là những *"việc ác không kiêng dè"*. Việc tạo tác nghiệp ác trong xã hội hiện nay có thể nói là đã hình thành một thói quen trong cuộc sống, mọi người đều xem đó như những việc rất bình thường, trong từng ngõ ngách của xã hội này chúng ta đều có thể thấy được. Ở tầm mức lớn lao mà nói, đó là không thuận theo chân lý; ở mức độ nhỏ hơn thì là trái nghịch lễ nghĩa. Trong phần chú giải, quý vị xem qua rồi đều biết.

Câu thứ hai là *"Bỏ người thân, theo kẻ sơ."* Theo giáo học của Nho gia ắt phải đi từ thân đến sơ, dần dần mở rộng phạm vi phục vụ, mở rộng hiệu quả phục vụ. Phật pháp cho dù giảng [rộng đến mức] hết thảy chúng sinh trong các pháp giới khắp hư không đều cùng một thể tánh, thế nhưng trong pháp môn thực hành cũng không ra khỏi lệ thường, nên đức Phật dạy chúng ta *"hiếu dưỡng cha mẹ, phụng sự bậc sư trưởng"*, sau đó mới phát triển sự hiếu dưỡng phụng sự đó ra xã hội, đến với hết thảy chúng sinh. Có thể thấy được rằng, các bậc đại thánh đại hiền, thế gian và xuất thế gian, dạy người cũng đều có sự thân sơ, không đi ngược thứ tự đó. Ý nghĩa trong việc này rất sâu, rất rộng, chúng ta cần phải chú tâm thể hội.

Trong vài năm qua, chúng ta có sự hướng theo đa nguyên văn hóa, có sự giao tiếp qua lại với rất nhiều tôn giáo khác. Qua việc này, một số người phê bình chúng ta là *"Bỏ điều thuận, theo điều nghịch; bỏ người thân, theo kẻ sơ."* Họ dùng chính câu này để phê bình chúng ta. Cũng từng có người trực tiếp chất vấn cư sĩ Lý Mộc Nguyên như vậy, cư sĩ Lý Mộc Nguyên liền đem hết chân tướng sự thật những việc làm của chúng ta nói rõ cho họ biết. Người này cũng không tệ, [nghe xong liền] tức thời sám hối, thừa nhận bản thân mình đã sai, đã trách lầm người khác.

Chúng ta đối với người Trung quốc, đối với Phật giáo làm được những việc như vậy rất nhiều, chỉ là không tuyên dương mà thôi. Làm được chút việc tốt, đâu cần phải phô bày tuyên dương? Giao tiếp qua lại với người nước ngoài, cũng có người đưa lên truyền thông báo chí, đó là chuyện của họ, chúng ta cũng không hề hy vọng họ đến đưa tin, nhưng đa phần là các tôn giáo khác họ chủ động thỉnh mời các ký giả, phóng viên đến tham dự, phỏng vấn, đưa tin, không phải ý muốn của chúng ta. Chúng ta ít nhiều cũng đã được tiếp thu truyền thống cổ xưa của Trung quốc, cũng hiểu rõ được một chút ý nghĩa. Nho gia, Phật gia hay Đạo gia cũng đều dạy chúng ta phải biết tích âm công. Thế nào gọi là âm công? Là làm việc tốt không cần để cho người khác biết đến, không phô bày tuyên truyền. Chúng ta hiểu được ý nghĩa này, lặng lẽ mà làm, tận tâm tận lực mà làm, không có lòng riêng tư, không có danh văn lợi dưỡng, chúng ta chỉ âm thầm lặng lẽ mà làm. Trong lúc làm đó, đúng như lời răn dạy của Phật, dùng sự thực hành hỗ trợ cho việc học Giáo pháp, lý thuyết với thực hành hỗ trợ lẫn nhau, giúp nhau cùng thành tựu.

Học hỏi Giáo pháp là như trong nhà Phật thường nói trí tuệ khai mở. Thực sự muốn khai mở trí tuệ thì nhất định phải y theo lời dạy vâng làm, như vậy thì trí tuệ mới có thể khai mở. Chúng ta đối với lý lẽ rất sâu xa mà Phật đã dạy, tánh Phật với tánh pháp, cứ dần dần, dần dần có chỗ lĩnh hội, có chỗ thể ngộ, đối với [ý nghĩa] hết thảy chúng sinh trong các pháp giới khắp hư không đều cùng một thể tánh, chúng ta cũng có thể dần dần khẳng định. Tâm Bồ-đề mà chư Phật, Bồ Tát giảng giải cũng từ chỗ này sinh khởi. Chúng ta cũng thể hội được việc phát tâm Bồ-đề thực sự không phải chuyện dễ dàng, nên không lạ gì một khi đã phát được tâm Bồ-đề là thành tựu Phật đạo. Trong nhà Thiền nói *"minh tâm kiến tánh, kiến tánh thành Phật"*, đó là một khi phát tâm Bồ-đề liền thành Phật.

Chúng ta xem trong kinh Hoa Nghiêm, Bồ Tát Sơ trụ của Viên Giáo gọi là *Phát tâm trụ*. Phát tâm trụ là ý nghĩa gì? Phát tâm là phát tâm Bồ-đề, trụ là không còn thối chuyển, không còn thối chuyển mới gọi là trụ. Từ lúc phát tâm Bồ-đề trở về sau vĩnh viễn không còn thối chuyển, gọi là *Phát tâm trụ*. Chúng ta ngày nay một niệm phát tâm, đối với cảnh giới hiện tiền, chúng ta liền lập tức thối chuyển. Cho nên chúng ta không thể thành tựu. Các ngài phát tâm rồi thì vĩnh viễn không thối chuyển, đó là ý nghĩa gì? Về lý các ngài thấu hiểu rõ ràng, về sự các ngài cũng làm được. Lý với sự các ngài có thể dung hợp thành một khối, không hề chia tách, cho nên có thể trụ tâm không thối chuyển. Chúng ta không đạt đến cảnh giới ấy. Muốn đạt đến cảnh giới ấy thì không thể không nỗ lực. Một mặt phải nỗ lực cầu hiểu giáo lý, một mặt phải nỗ lực vâng làm theo.

Trong đoạn này, phần chú giải có mấy câu, tôi sẽ đọc qua một lần. *"Bỏ người thân, theo kẻ sơ, không chỉ có một việc."* Sự việc này có rất nhiều, nơi đây bất quá cũng chỉ nêu ra một số trường hợp điển hình mà thôi. *"Như khinh thường dối lừa cha mẹ"*, khinh dối cha mẹ mình, cũng như người hiện nay còn nói, yêu kính gia đình cha mẹ vợ hơn so với cha mẹ mình, tôn kính cha mẹ vợ quá mức so với cha mẹ sinh ra mình, cũng là ý này. Đối với anh em trong nhà thì so đo tính toán, đối với bè bạn người ngoài thì hào phóng rộng rãi. Bà con họ hàng của mình nghèo khó không quan tâm giúp đỡ, gặp người ngoài lại sẵn lòng quan tâm, đó chính là *"bạc bẽo với chỗ cần xem trọng mà xem trọng chỗ đáng bạc bẽo"*. Đối với nơi cần phải đối đãi nồng hậu thì quý vị lại bạc đãi. Đối với nơi không cần hậu đãi, quý vị lại hậu đãi. Hiện tượng này trong xã hội hiện nay hết sức phổ biến.

Quý vị có thể hỏi là tại sao như vậy? Kết luận [vấn đề] không ngoài hai chữ lợi hại. Việc đối với mình có lợi, mình liền đối tốt với người, đó là có điều kiện. Nếu trước mắt đối với mình không có lợi ích thì không quan tâm đến. Cha mẹ già yếu, hiện nay mình cũng không cần cha mẹ quan tâm đến nữa, nên mình không quan tâm đến họ. Họ hàng bên nhà vợ đang có thể quan tâm đến mình, cho nên mình đặc biệt hậu đãi họ. Hoàn toàn là theo chủ nghĩa vị lợi, chẳng có ân nghĩa gì. Không biết đến việc báo ân, không biết đến thực hành đạo nghĩa, điều này tạo thành xã hội hỗn loạn ngày nay.

Chúng ta có thể trách những người như vậy hay không? Trong kinh Vô Lượng Thọ, Phật dạy rất hay, Phật đại từ đại bi có thể bao dung tha thứ cho những người làm việc sai lầm như vậy. Phật dạy: *"Do người trước không tốt."* Những người thuộc thế hệ trước đã không dạy dỗ họ tốt, cha mẹ không dạy dỗ họ, thầy giáo không dạy dỗ họ, các bậc trưởng bối không dạy dỗ họ. *"Không biết đạo đức, không ai chỉ bày."* Không có ai dạy bảo, do vậy chúng ta không nên trách cứ họ. Đây là một hiện tượng hết sức đau lòng trong xã hội, là nguồn gốc sự hỗn loạn của thế gian. Chúng ta nếu không có người dạy dỗ thì cũng không hiểu biết được.

Nói chung, chúng ta hết sức may mắn có được thân người, gặp được Phật pháp. Cha mẹ, sư trưởng không dạy dỗ chúng ta, các bậc trưởng bối không dạy dỗ chúng ta. Chúng ta ngày nay nhờ vào kinh điển, giáo lý của Phật pháp mà sáng tỏ được ý nghĩa, hiểu được lẽ biết ơn báo ơn, hiểu rõ được rằng người sống ở đời phải vì xã hội, vì hết thảy chúng sinh phụng sự, không phân biệt đó đây.

Phật dạy chúng ta đối xử với người khác cũng phải từ gần đến xa. Chúng ta cư trú ở địa phương này, địa phương có tai nạn, đương nhiên trước hết ta phải giúp đỡ hỗ trợ. Ví như có rất nhiều địa phương đồng thời phát sinh tai nạn, chúng ta sẽ giúp đỡ hỗ trợ nơi nào? Nhất định phải giúp đỡ hỗ trợ nơi ở gần, sau đó mới dần dần giúp đỡ đến những nơi xa hơn. Đó là đạo lý. Nếu như địa phương ta sống không có tai nạn, địa phương gần đó có tai nạn, chúng ta nghe biết phải lập tức giúp vào một tay, phải giúp đỡ hỗ trợ.

Trong đoạn này dẫn lời Khổng tử nói rất hay: *"Không thương yêu người thân mà thương yêu người ngoài, đó gọi là bội đức."* Đó là trái nghịch với đức của tự tánh. *"Không tôn kính cha mẹ mình mà tôn kính cha mẹ người khác, đó gọi là trái lễ."* Trái nghịch với lễ nghĩa. Chỗ này chúng ta phải học tập, hơn nữa còn phải cảnh tỉnh dè dặt. Không hiếu thuận với cha mẹ mình mà hiếu thuận với người khác, người như vậy quý vị đối với họ phải đề cao cảnh giác. Họ nhất định là có dụng ý khác. Không tôn kính thầy dạy của mình, không tôn kính bậc tôn trưởng của mình, nhưng lại tôn kính người khác, vậy dụng ý của họ ở chỗ nào? Nhất định là có mưu đồ tính toán, nhất định là họ có mục đích. Vì sao vậy? Vì trái với lẽ thường. Như người có thể hiếu thuận với cha mẹ, cũng có thể hiếu thuận với người khác, đó là chân thật, tình cảm chân thật tự nhiên biểu lộ ra bên ngoài. Họ có thể tôn kính bậc tôn trưởng của họ, các vị trưởng bối của họ, có lòng thương yêu anh chị em của họ, rồi đối với người ngoài cũng có thể tôn kính, cũng có thể thương yêu, đó là lẽ bình thường. Ý nghĩa này, chúng ta học được rồi phải biết vận dụng.

Nói chung, những trường hợp trái nghịch lẽ thường trong

xã hội ngày nay, chúng ta gặp phải thì nhất định phải cảnh tỉnh dè dặt, nếu không quý vị sẽ bị tổn thất thiệt thòi, đến lúc ấy hối hận cũng không còn kịp nữa. Những người ấy đến để lừa bịp quý vị, mục đích của họ hết sức rõ ràng, là danh văn lợi dưỡng, không ngoài những thứ ấy. Giao tiếp quan hệ với những người như vậy, chắc chắn phải chịu tổn hại lớn lao. Thế nhưng người đời hiểu rõ được ý nghĩa này cũng không nhiều. Cho nên thường phải chịu tổn thất thiệt thòi rồi sau đó mới có sự cảnh giác, thật rất đáng thương hại.

Chúng ta làm người, tự mình nhất định phải thuận theo chánh pháp. Trong pháp thế gian gọi là thuận theo pháp lý. Người Trung quốc thường nói là hợp tình, hợp pháp, hợp lý. Trong sự ứng xử, đối đãi với người, tiếp xúc với vật, không được trái nghịch với tình, với lý, với pháp. Được như vậy thì suốt đời chúng ta có thể giảm thiểu được lỗi lầm, sự nghiệp trong pháp thế gian hay xuất thế gian mới có thể thành tựu. Sự thành tựu ở thế gian, trong Phật pháp nói là chưa phải rốt ráo, quyết định phải có sự thành tựu trong Phật pháp. Thế nhưng pháp thế gian dù không rốt ráo, chúng ta cũng không thể xem nhẹ bỏ qua. Vì sao vậy? Vì lợi ích chúng sinh. Phật dạy chúng ta [phải làm sao cho] cả mình và người khác đều được lợi lạc.

Cách làm lợi lạc chính mình thì nhất định phải tu tập thanh tịnh bình đẳng giác, niệm Phật cầu sinh Tịnh độ. Đó là sự thành tựu viên mãn rốt ráo cho tự thân mình, quyết định không thể xem nhẹ bỏ qua. Mọi lúc mọi nơi, chỉ luôn duy trì một niệm đơn thuần, niệm "A-di-đà Phật", ngoài ra bất kỳ điều gì cũng không lưu giữ trong lòng. Làm được như vậy rồi, nếu còn sức thì giúp đỡ hỗ trợ người khác.

Giúp đỡ hỗ trợ người khác cũng phải biết tùy duyên nhưng không chạy đuổi theo duyên. Vì sao vậy? Đối với sự thành tựu của bản thân không chịu sự chướng ngại. Đây là điều rất quan trọng thiết yếu. Thế nhưng quý vị cần phải hiểu rõ được ý nghĩa này. Đây không phải là tiêu cực, cũng vẫn là tích cực, hoàn toàn phải xem nhân duyên có thành thục hay không? Nếu duyên thành thục, chúng ta phải nỗ lực tích cực giúp đỡ hỗ trợ người khác, làm cho Chánh pháp trụ được lâu dài ở thế gian. Không chỉ là Chánh pháp trụ lâu dài, mà còn phải rộng truyền phát triển. Phải ghi nhớ rằng Phật dạy chúng ta *"rộng độ chúng sinh"*. Phải hiểu được dụng ý trong hai chữ *"rộng độ"*. Rộng độ hoàn toàn không có nghĩa chỉ có tín đồ Phật giáo, người tin theo Phật giáo thì cứu độ, những ai không tin theo Phật giáo thì không cứu độ, như vậy không phải là *"rộng độ"*.

Quý vị xem trong kinh luận, đức Phật thường dạy rằng, người có căn lành thuần thục thì giúp đỡ hỗ trợ cho họ thành tựu. Đó là nói tín đồ Phật giáo, những người tu hành. Người có căn lành chưa thuần thục, đó là những người đã hướng về Phật, đối với Phật giáo có lòng tin, có sự hứng thú, chúng ta phải giúp đỡ hỗ trợ cho họ. Ngoài ra là những người không có căn lành, đối với Phật giáo hoàn toàn không hiểu biết gì, thậm chí còn bài xích, chúng ta phải giúp đỡ họ gieo trồng căn lành. Đó mới gọi là rộng độ.

Nói chung phải ghi nhớ câu này: *"Trong cửa Phật không bỏ một người nào."* Chúng ta trong một đời này phải đem hết khả năng để làm cho đến mức trọn vẹn đầy đủ. Phật pháp, nói theo ngôn ngữ hiện đại thì chính là nền giáo dục xã hội đa nguyên văn hóa, quyết định không chỉ là một tôn giáo. Cho nên chúng ta đối với bản chất của Phật giáo phải nhận thức thật rõ ràng, đó là nền giáo dục của Phật đà. Nền giáo dục Phật đà là thuộc về loại giáo dục nào? Đó là giáo dục xã hội đa nguyên văn hóa. Cho nên, vai trò của đức Phật Thích-ca Mâu-ni, nếu dùng ngôn ngữ hiện đại mà nói, ngài chính là một nhà giáo dục đa nguyên văn hóa, là một nhà hoạt động giáo dục đa nguyên văn hóa. Chúng ta giới thiệu như vậy với mọi người thì mọi người có thể hiểu được rõ ràng, sáng tỏ, không đến nỗi nhận hiểu sai lầm. Giúp cho hết thảy chúng sinh khắp nơi đều được cứu độ, đó là điều chúng ta cần phải thực sự nỗ lực.

Hôm nay thời gian đã hết, chúng ta giảng đến đây thôi.

Bài giảng thứ 165

(Giảng ngày 2 tháng 3 năm 2000 tại Tịnh Tông Học Hội Singapore, file thứ 166, số hồ sơ: 19-012-0166)

Thưa quý vị đồng học, cùng tất cả mọi người.

Xin mời mở sách *Cảm ứng thiên*, đoạn thứ 97 gồm bốn câu. *"Chỉ thiên địa dĩ chứng bỉ hoài, dẫn thần minh nhi giám ổi sự."* (Viện trời đất chứng minh lòng dạ xấu xa; dẫn thần minh soi xét việc đê hèn.) Hai câu này cũng thuộc về phần trước, là những *"việc ác không kiêng dè"*. Tiếp theo sau là hai câu: *"Thí dữ hậu hối. Giả tá bất hoàn."* (Trước cho tặng, sau hối tiếc. Vay mượn không trả.) Từ đây về sau là thuộc về *"những việc ác do không có lòng nhân hậu khoan dung"*.

Hai câu trước ý nghĩa rất rõ, là nói những việc người đời gọi là thề thốt, cầu thần minh làm chứng cho mình. Tự mình làm nhiều việc ác, lại cho rằng những việc mình làm đều là chánh pháp, có thể đối chất trước trời đất, trước thần minh. Việc ác như thế thật hết sức lớn.

Trong phần tiểu chú nói rất rõ: *"Trời đất không có lòng riêng, thần minh luôn chính trực, thuận điều lành, nghịch điều dữ, báo ứng như tiếng dội âm vang."* Bốn câu này phải ghi nhớ thật kỹ trong lòng.

Phần trước chúng ta đã xem qua: *"Thông minh chính trực gọi là thần."* Quý vị thực sự hiểu rõ được thì mới biết, chúng ta làm người phải có tâm thái như thế nào khi đối trước trời đất, thần minh. Giáo học của Phật giáo, trong khi giảng giải tôi thường nhắc đến rất nhiều lần, nội dung chỉ dạy của chư Phật, Bồ Tát không ngoài ba việc. Thứ nhất là dạy chúng ta quan hệ giữa người và người, chúng ta phải ứng xử, đối đãi với người khác, tiếp xúc với muôn vật như thế nào.

Trong ý nghĩa chữ *thuận* bao hàm học vấn lớn lao, đối với pháp thế gian là đạo đức nhân nghĩa lễ, tương ưng với những tiêu chí này là *thuận*, quý vị sẽ được phúc. Trái nghịch với những điều này, quý vị phải nhận lấy hung tai. Quý vị xem lại trong lịch sử có thể thấy, chỉ cần chúng ta sáng suốt tỉnh táo một chút thì trong hiện thực xã hội cũng đặc biệt rõ ràng. Thế nhưng cũng có những kẻ làm ác mà hiện tại đang hưởng phúc, những người làm thiện mà hiện tại đang chịu khổ nạn. Những chuyện này là thế nào? Do đây mà chúng ta đối với sự báo ứng thiện ác còn có thái độ hoài nghi.

Trong kinh điển Phật dạy rất rõ ràng. Người làm ác mà hiện nay vẫn được hưởng phúc, đó là đời trước đã từng tu tích phước đức lớn lao, phước đức còn lại đến nay vẫn chưa hưởng hết. Đó là nguyên nhân. Người tu thiện mà hiện tại phải chịu khổ nạn, đó là đời trước từng làm những điều bất thiện, tai ương vẫn còn chưa dứt. Nhân quả tương quan trong cả ba đời, [quá khứ, hiện tại và tương lai], phải hiểu rõ được ý nghĩa đó.

Cho nên trong kinh điển đức Phật dạy: *"Dục tri tiền thế nhân, kim sinh thụ giả thị."* (Muốn biết nhân đời trước, xem quả nhận đời này.) Những gì nhận lãnh trong đời này chính là do nhân đã tạo trong đời trước. *"Dục tri lai thế quả, kim sinh tác giả thị"* (Muốn biết quả đời sau, xem việc làm đời này.) Chúng ta trong một đời này khởi tâm động niệm, nói năng hành động đều là tạo nhân trong hiện tại, quả báo đến trong đời sau.

Nếu như với người có sức lực vô cùng mạnh mẽ, trong một đời này cũng có thể được quả báo. Quý vị lập chí hết sức nỗ lực tu hành, vận mạng của quý vị có thể được chuyển biến. Mọi người xem qua sách *Liễu Phàm tứ huấn* là một trường hợp điển hình hết sức rõ ràng. Tiên sinh Liễu Phàm trong đời trước tu thiện không nhiều, sau khi thấu hiểu rõ ràng đạo lý liền nỗ lực tu học, ngay trong một đời liền có thể thay đổi được. Nhà Phật thường nói *"gặp dữ hóa lành"*, *"gặp nạn thành an"*. Đó là trong một đời chuyển đổi được [vận mạng]. Sự chuyển đổi trong một đời như vậy, nhà Phật gọi là hoa báo. Hoa báo tốt đẹp, thù thắng thì quả báo đời sau có thể suy ngẫm biết được. Phước báo đời sau nhất định so với phước báo đời này thù thắng hơn rất nhiều.

Nếu đời này làm ác không chịu sửa đổi, ví như trong đời quá khứ vẫn còn lưu lại phước báo, vẫn còn có thể được ăn no mặc ấm, thế nhưng khi tuổi thọ đời này hết rồi, khổ báo trong đời sau thật không dám nghĩ đến. Người đời có ai nghĩ đến vấn đề này? Người không học Phật không nghĩ đến được, dù quý vị có nói với họ, họ cũng không tin, họ cũng không thể tiếp nhận. Kỳ thật, với những người chân chính học Phật cũng được mấy người có tâm cảnh giác cao độ như vậy? Vì sao không khởi tâm cảnh giác? Vì mê muội trong hoàn cảnh hiện thực. Điều này thật rất đáng sợ, rất đáng sợ! Cho nên, vì sao kinh điển phải đọc mỗi ngày, đạo pháp phải giảng mỗi ngày? Không có nguyên nhân nào khác, chính là để giúp ta tỉnh giác, giác ngộ mà thôi.

Tự mình làm việc sai trái không thừa nhận, lại còn có thể làm chuyện thề thốt, muốn chư Phật, Bồ Tát, thần minh đến làm chứng dối cho mình, làm gì có lẽ ấy? Tâm hạnh như vậy là xấu ác đến cực điểm. Trời đất quỷ thần đến chứng minh cho quý vị là chứng minh chuyện gì? Chứng minh cho quý vị làm đủ mọi việc ác, chứng minh cho việc quý vị làm ác không chịu hối cải.

Mấy ngày trước, có một số đồng tu đến gặp tôi, hỏi tôi một vấn đề. Vùng Bộ Lý (Puli) thuộc Nam Đầu (Nantou), Phật pháp hết sức hưng thịnh, chùa miếu rất nhiều, là một vùng Phật giáo phát triển thù thắng nhất của Đài Loan, vì sao ở đó lại phát sinh trận động đất lớn? Do đó mọi người đối với Phật pháp có sự nghi hoặc, cho rằng Phật pháp không linh ứng. [Nghi ngờ] như vậy là vì đọc kinh điển quá ít, nghe giảng pháp chưa đủ, nên quý vị không hiểu ra được nhân duyên quả báo trong việc này.

Tuyệt đối không phải cứ xây dựng một ngôi chùa, tạc thành một tôn tượng Phật, Bồ Tát thì địa phương đó liền linh ứng. Không có chuyện đó. Ngạn ngữ có câu: *"Bụt đất sang sông, tự thân khó giữ."* Trong câu này có ý nghĩa gì? Phật pháp hưng thịnh hay không là do nơi lòng người. Lòng người hướng theo đạo, Phật pháp liền hưng vượng. Trong quá khứ, người xưa thường nói: *"Có chùa không có đạo, giáo pháp không thể hưng thịnh."* Trong những ngôi chùa ấy có đạo hay không? Có người chân chánh tu đạo hay không? Quý vị nói xem, trong chùa có nhiều người như thế, mỗi người đều tu đạo thật khó, không dễ dàng. Nói chung được một, vài người chân chánh tu đạo thì địa phương ấy có phước báo. Nếu như không có lấy một người nào chân chánh tu đạo thì tai họa không thể tránh được. Cho nên, cần phải hỏi xem là có người chân chánh tu đạo hay không. Quý vị từ trong đó quan sát thì nghiệp nhân, quả báo quý vị tự nhiên sáng tỏ rõ ràng.

Tôi cũng nêu ra một ví dụ với mọi người. Pháp sư Sám Vân ở tại Nam Đầu (Nantou), cũng trong khu vực đó. Vì sao đạo trường của thầy không xảy ra chuyện gì, quý vị không suy ngẫm thử xem?

Trước đây một tháng, ông chủ nhà in Thế Hoa có đến thăm tôi. Trong khi trò chuyện có nhắc đến chuyện cách đây mấy năm các nhà ở lân cận với kho chứa [của nhà in] ở Tam Trọng bị phát hỏa, nhà cửa quanh đó bị thiêu rụi, riêng kho chứa của nhà in không tổn hại gì. Kho chứa ấy nằm giữa vùng hỏa hoạn, bốn phía đều bị lửa thiêu cháy sạch, chỉ riêng kho chứa ấy không bị cháy, thật không thể nghĩ bàn. Trong kho chứa lúc ấy đang cất giữ Đại Tạng Kinh, chính là lần trước hợp tác với Phật Đà Giáo Dục Cơ Kim Hội in ấn một ngàn bộ Đại Tạng Kinh, còn cất giữ trong đó. Do chánh pháp ở nơi đây nên có trời rồng bảo vệ, hộ trì. Vì thế ông ấy tin tưởng, in ấn kinh Phật cho chúng ta thì giá thành luôn định ở mức thấp nhất. Ông ấy biết rằng, làm việc tốt được quả báo tốt, đâu lẽ nào không có cảm ứng?

Những sự việc cảm ứng có rất nhiều, rất nhiều. Đặc biệt là từ Trung quốc truyền sang đây. Thường thường, các vị đồng tu từ Trung quốc sang đây kể cho chúng ta nghe nhiều sự việc cảm ứng không thể nghĩ bàn. Vấn đề là quý vị có phải bậc chân tu hay không? Người xuất gia, mặc vào y phục xuất gia cũng nào có ích gì, mặc y phục ấy có thể giúp thành Phật được sao? Ngạn ngữ có câu này không phải không có lý: *"Trước cửa địa ngục nhiều thầy tăng."* Ý nghĩa câu này chúng ta phải hiểu rõ. Những người nào xuống địa ngục? Người xuất gia xuống địa ngục, ở trong địa ngục người xuất gia nhiều nhất. Cho nên tôi không khuyên người xuất gia. Việc gì phải khuyến khích quý vị đọa vào địa ngục?

Mấy ngày qua chúng ta cũng đã nói đến việc này nhiều lần. Người xuất gia là hình tượng của Phật, Bồ Tát, là đại biểu của Phật, Bồ Tát. Quý vị có thể khiến cho hết thảy đại chúng trong xã hội nhìn thấy quý vị thì cung kính tán thán, đó là quý vị thay cho tượng Phật thếp vàng, là hình tượng tốt đẹp, quý vị được vô lượng công đức. Nếu quý vị khiến cho đại chúng trong xã hội nhìn thấy quý vị thì phê bình, chỉ trích, đó là khiến cho đại chúng trong xã hội do nơi quý vị mà hủy nhục Tam bảo. Tội lỗi ấy phải đọa vào địa ngục A-tỳ. Hoàn toàn không nói rằng quý vị phá hoại Phật pháp như thế nào, chính hình tượng của quý vị phá hoại, chiêu bài của quý vị phá hoại. Người xuất gia là chiêu bài của chư Phật, Bồ Tát. Do đó có thể biết rằng, hình tượng của người xuất gia rất quan trọng thiết yếu.

Ở nơi đông người tụ họp, chúng ta phải giữ gìn hình tượng tốt đẹp. Ở nơi vắng vẻ không người, cũng phải giữ gìn hình tượng tốt đẹp. Vì sao vậy? Vì có quỷ thần nhìn thấy. Quỷ thần xem thấy khinh thường quý vị, quỷ thần hủy nhục quý vị, đó là quý vị phá hoại hình tượng Tam bảo. Cho nên không thể nói rằng lúc không có ai thì có thể tùy tiện buông thả một chút, như vậy vẫn phải đọa vào địa ngục.

Phật giáo hóa chúng sinh, không phải chỉ một địa phương, không phải chỉ trong một phạm vi nhỏ. Trong kinh luận chúng ta thường đọc thấy, Phật rất vĩ đại, *"tâm lớn như hư không, bao trùm hết thảy các thế giới"*, Phật rộng độ chúng sinh. Chúng ta nói tóm lại là chúng sinh trong mười pháp giới, đức Phật đều rộng độ. Đệ tử của Phật, chúng sinh trong mười pháp giới đều tôn kính, cho nên họ nhìn thấy hình tượng của quý vị như vậy thì có đáng cho họ tôn kính hay không? Chúng ta thường nghe các bậc Tổ sư dạy, những người trì giới, tu định, vâng làm theo lời dạy thì chư Phật hộ niệm, các vị trời rồng, quỷ thần đều ủng hộ, tôn kính, quý vị như vậy mới là đệ tử Phật, quý vị thành tựu công đức vô lượng.

Nếu quý vị buông thả lười nhác, tùy tiện, không giữ theo giới luật, quy củ, thuận theo phiền não, tập khí, đó là quý vị phá hoại hình tượng của Phật pháp, tương lai phải đọa vào địa ngục A-tỳ. Như vẫn còn không biết nguyên nhân gì phải đọa lạc, quý vị nói xem như vậy có đáng thương hay không?

Ngày nay những người xuất gia, bao gồm cả chúng ta trong đó, bình tĩnh mà xét lại, những lời Phật răn dạy chúng ta đã làm được bao nhiêu? Chúng ta lúc nào cũng tự cho là mình [tu tập] không tệ, ở giữa đại chúng trong xã hội tự nghĩ mình là đại biểu cho Phật pháp, sinh lòng cống cao ngã mạn, khinh thường tín đồ, nhưng trong thực tế sự hành trì của chúng ta thật kém rất xa so với những người tại gia.

Trước đây lão cư sĩ Hoàng Niệm Tổ có nói, thế giới này

hiện nay điên đảo rồi. Thời xưa những người học Phật tu hành, luận về thành tựu thì người xuất gia nam giới đứng đầu, nêu tên hàng đầu, thành tựu nhiều nhất. Kế đến là người xuất gia nữ giới. Tiếp đến nữa là người tại gia nam giới. Xếp cuối cùng là hàng tại gia nữ giới. Đó là vào thời xưa, bất kể là xét về số lượng hay chất lượng cũng đều [theo thứ tự hơn kém] như vậy. Hiện tại thời đại điên đảo, lời nói này [của lão cư sĩ] không sai. Chúng ta chú tâm quan sát kỹ, lấy như việc niệm Phật được vãng sinh mà luận xét, người tại gia nữ giới là nhiều nhất, kế đến là người tại gia nam giới, tiếp đến nữa là người xuất gia nữ giới, rồi cuối cùng mới đến người xuất gia nam giới. Thế giới hiện nay điên đảo như vậy.

Câu nói này thật sâu sắc đáng cho chúng ta phản tỉnh, kiểm điểm, chúng ta tương lai rốt lại muốn đi đến nơi nào? Nếu muốn đi vào địa ngục, ngạ quỷ, súc sanh thì tốt thôi, quý vị có thể thuận theo tập khí, thuận theo phiền não. Còn quý vị không muốn đọa vào ba đường dữ, muốn vượt thoát ngoài ba cõi, thì nếu quý vị không giữ theo quy củ, quý vị không thể nào làm được.

Đại sư Ấn Quang thật đại từ đại bi, dạy chúng ta học tập sách *Liễu Phàm tứ huấn*, dạy chúng ta học tập *Cảm ứng thiên*. Mục đích việc học tập *Liễu Phàm tứ huấn* là gì? Mục đích chính là để hiểu sâu nhân quả. Mục đích của việc học tập *Cảm ứng thiên* là gì? Là để không phải đọa vào ba đường ác. Cho nên, chúng ta xem những lời răn dạy trong *Cảm ứng thiên*, những điều thiện chúng ta có làm được hay không? Chúng ta đã làm được mấy điều? Những điều xấu ác chúng ta đã phạm vào bao nhiêu? Vì thế, mang *Cảm ứng thiên* ra đối chiếu kỹ lưỡng, khởi tâm động niệm, nói năng hành động [như thế nào], chúng ta liền hiểu biết rõ ràng, sau khi chết sẽ đi đến nơi nào.

Tổ sư Ấn Quang thị hiện trong đời mạt pháp, đại từ đại

bi, dùng hai tập sách này để giúp đỡ, hỗ trợ chúng ta phản tỉnh, kiểm điểm. Nếu chúng ta xem thường không kinh sợ, không làm theo những lời răn dạy [trong các sách] này, thì chúng ta có thể nói ngay một câu, khẳng định là phải đọa vào ba đường ác. Hiện tại tuy vẫn còn là người, chỉ trong chớp mắt đã đọa vào ba đường ác.

Trong đoạn chú giải chỗ này có hai câu: *"Thuận cát nghịch hung, kỳ ứng như hưởng."* (Thuận điều lành nghịch điều dữ, báo ứng như tiếng dội âm vang.) Nói *"kỳ ứng như hưởng"* tức là nói sự báo ứng.

Tôi căn cứ vào kinh điển giáo pháp, biên soạn thành sách *"Tịnh tông tu hành thủ tắc"*. Quý vị nếu có thể dùng hơn một trăm điều [trong sách] này để mỗi ngày đều phản tỉnh, đều làm được, thì quý vị nhất định được sinh về Tịnh độ. Sách này không dày lắm, chúng ta phải thực sự nỗ lực làm theo. Nếu không làm được, trong đời này cho dù có niệm mỗi ngày đến trăm ngàn câu Phật hiệu cũng không thể được vãng sinh. Bậc cổ đức gọi đó là *"cho dù lớn tiếng uổng công thôi"*.

Niệm Phật vãng sinh Tịnh độ, không phải do quý vị niệm được bao nhiêu Phật hiệu, mà phải do nơi tâm địa quý vị thanh tịnh. Tâm thanh tịnh ắt cõi Phật tịnh. Cần phải tương ưng, những lời răn dạy của đức Phật A-di-đà, của đức Thế Tôn, chúng ta đã làm được bao nhiêu, phải từ chỗ đó mà luận xét. Không phải nói mỗi ngày lễ Phật được bao nhiêu lạy, niệm Phật được bao nhiêu câu, không phải ở chỗ đó.

Quý vị xem, Đại sư Ngẫu Ích dạy chúng ta: *"Vãng sinh phẩm vị cao hay thấp là do công phu niệm Phật sâu hay cạn."* Công phu đó là gì? Công phu đó là tâm thanh tịnh, tâm bình đẳng. Đó là công phu. Chúng ta phải từ chỗ này chú ý, muôn ngàn lần cũng không được hiểu lầm, không được sai lỗi.

Bài giảng thứ 166

(Giảng ngày 3 tháng 3 năm 2000 tại Tịnh Tông Học Hội Singapore, file thứ 167, số hồ sơ: 19-012-0167)

Thưa quý vị đồng học, cùng tất cả mọi người.

Mời xem *Thái Thượng Cảm ứng thiên*, hai câu sau của đoạn thứ 97: *"Thí dữ hậu hối. Giả tá bất hoàn."* (Trước cho tặng, sau hối tiếc. Vay mượn không trả.) Từ đây về sau là thuộc về *"những việc ác do không có lòng nhân hậu khoan dung"*.

Chúng ta đọc qua một lần phần chú giải, với sự giải thích rất rõ ràng: *"Cho đi rồi mà sau hối tiếc, xét đến ban đầu, rốt cùng không phải lòng chân thật muốn làm việc thiện, bất quá chỉ nhất thời cao hứng, muốn cầu được danh tiếng, hạnh phúc. Chỗ khởi tâm ban đầu đã không đúng, sao có thể về sau không hối tiếc? Nếu lòng chân thật bố thí, nhân ngã đều không, chắc chắn không đến nỗi như vậy. Cho nên làm việc thiện không thể không biện xét đúng đắn ngay từ lúc khởi niệm ban đầu."*

Phần sau chú giải còn nêu ra một số trường hợp nhân duyên điển hình minh chứng, chúng ta cần phải chú tâm thẩm tra kỹ trong phần chú giải này.

Bố thí rồi sau hối tiếc là một hiện tượng hết sức phổ biến, thậm chí ngay nơi bản thân chúng ta cũng có, đích thực giống như trong sách đã nói. Bố thí như vậy không phải lòng chân thật, không có thành ý, không phải bố thí một cách hoan hỷ mà là làm một cách miễn cưỡng. Đa số là vì thể diện, hoặc do người khác khuyến thỉnh, nhất thời không thể không cho ra, nên đưa ra rồi mà sau hối tiếc.

Người cho như vậy có quả báo hay không? Trong kinh điển Phật dạy chúng ta, nói chung là bố thí thì nhất định phải có quả báo. Ví như miễn cưỡng [bố thí], bố thí rồi về sau hối tiếc, như vậy cũng vẫn có quả báo. Nếu là bố thí tiền bạc, quý vị vẫn sẽ được tiền bạc giàu có.

Chúng ta xem qua những người phát tài trong thế gian, có người tiền bạc đến rất nhanh, không phải nhọc lòng, lại kiếm được rất nhiều tiền. Đó là không cần thiết phải nhọc lòng lo nghĩ. Lại có những người kiếm tiền hết sức khó khăn vất vả, nhưng rồi họ cũng vẫn kiếm được tiền. Như vậy nguyên nhân là gì?

Trong kinh điển, đức Phật dạy chúng ta, người trong lúc bố thí hết sức vui thích, hết sức hoan hỷ thì trong tương lai cũng nhận được tiền bạc của cải hết sức nhanh chóng, cũng hoan hỷ không phải mất nhiều sức lực. Nếu như vào lúc bố thí là do người khác khuyến thỉnh mới hết sức miễn cưỡng đưa ra bố thí, sau khi bố thí rồi thì hối tiếc, người như vậy đến lúc được tiền bạc phải kiếm được hết sức cay đắng, hết sức gian nan, hết sức không dễ dàng, nhưng cũng vẫn kiếm được.

Do đó có thể biết rằng, phước đức của việc bố thí không phải là hư dối. Chúng ta hiểu rõ được ý nghĩa này, Phật dạy chúng ta đều là lời chân thật.

Chỗ mong cầu thường xuyên của chúng sinh trong sáu đường không gì ngoài *tiền bạc của cải, thông minh trí tuệ, khỏe mạnh sống lâu.* Hết thảy đều không ngoài ba việc ấy. Ba việc ấy là căn bản của lòng ham muốn, hết thảy chúng sinh đều có. Có thể được mãn nguyện hay không? Ngạn ngữ có câu: *"Chuyện không vừa ý thường đến tám, chín phần mười."* Do đó có thể biết rằng, trong mười người thì có đến tám, chín người không được mãn nguyện. Thực sự mà nói, chỉ một phần mười được mãn nguyện thôi, như vậy đã là rất nhiều rồi. Nhưng trong thực tế, không chỉ thường là tám, chín phần, chỉ sợ là trong số tám, chín, mười, một trăm người, một ngàn người, cũng khó có được một người được vừa lòng thỏa ý.

Nguyên nhân là gì? Người đời không biết được, không hiểu được nguyên nhân đó. Hiểu được nguyên nhân thì sự việc đã được giải quyết tốt rồi, [rắc rối chỉ là vì] không biết được nguyên nhân. Nhìn thấy người khác được, bản thân mình cũng muốn được. Người khác dùng phương pháp gì kinh doanh đạt được, họ cũng dùng đúng phương pháp ấy. Kết quả người khác kinh doanh thành công còn họ lại kinh doanh thất bại. Do đó có thể biết rằng, hết thảy các phương thức, thủ pháp kinh doanh, trong nhà Phật chỉ xem là những tăng thượng duyên mà thôi. Nếu như trong vận mạng [nhân quả] của quý vị không có tiền bạc giàu có, bất kể có dùng phương pháp gì, có dùng thủ đoạn nào, cũng chỉ uổng công phí sức, quý vị không thể đạt được gì. Nếu trong vận mạng sẵn có, bất kể dùng phương pháp gì, dùng thủ đoạn gì, người ấy cũng đều hết sức dễ dàng đạt được. Đó gọi là: *"Vận mạng có thì cuối cùng sẽ được, vận mạng không đừng gượng ép mong cầu."*

Huống chi quả báo cũng cần có điều kiện nhân duyên. Có người phước báo ở tuổi thiếu niên đã đạt được, cha mẹ là tăng thượng duyên của họ, [nhờ đó] được hưởng phước. Đến tuổi trung niên, khi tự mình làm chủ việc nhà thì một lần thất bại liền tiêu tán sạch, đến tuổi già phải lao đao lận đận không chịu nổi. Những người như vậy, trong xã hội này chúng ta nhìn thấy rất nhiều. Đó là phước báo của họ trong tuổi thiếu niên đã hưởng hết, không còn thừa lại, hưởng sạch hết rồi. Những người như vậy thật rất đáng thương, tuổi già sống thê lương, là vì tuổi thiếu niên hưởng phước không biết lo vun bồi phước đức.

Cũng có người tuổi trung niên phát đạt, ví như không hiểu rõ được ý nghĩa này, người ấy vẫn còn một chút phước đức lưu lại, tuổi già cũng có thể miễn cưỡng duy trì được. Nếu như trong lúc phát đạt lại không biết tu phúc, không biết quý tiếc phước báo của mình, chẳng hạn như ăn chơi buông thả không lo nghề nghiệp chính, như vậy thì phước báo tiêu mất rất nhanh, tuổi già phải chịu sống khốn khổ. Những người như vậy trong xã hội ngày nay rất nhiều. Chúng ta nhìn thấy vào khoảng bốn, năm mươi tuổi thì đời sống tốt, đến sáu, bảy mươi tuổi thì cực kỳ thê lương.

Do đó có thể biết, phước báo đến vào thời điểm nào thì đáng cho mọi người ngợi khen xưng tán nhất? Chính là lúc tuổi già. Những người xem tướng đoán mệnh ở thế gian thường gọi là *"tẩu lão vận"* (vận may lúc tuổi già). Tẩu lão vận rất tốt. Vì sao vậy? Khi còn tuổi trẻ khổ nhọc một chút không quan trọng, còn có thể lực, có thể chống cự vượt qua. Tuổi già được thời vận tốt, được người trẻ tuổi quan tâm chăm sóc, đó mới thực sự là phước báo.

Vì thế, người còn trẻ tuổi được hưởng phước chưa phải là phước báo thực sự. Tuổi trung niên hưởng phước cũng chưa phải phước báo thực sự. Còn phải xem đến tuổi già có phước báo hay không. Đó là điều kiện nhân duyên. Người thực sự hiểu rõ được ý nghĩa này, có thể giữ gìn phước báo của mình để đến tuổi già mới hưởng. Đương nhiên vào tuổi thiếu niên quý vị chưa biết gì, chưa hiểu việc. Đến tuổi trung niên đã hiểu việc rồi, phước báo của tự thân mình hiện tiền không hưởng thụ, mang ra giúp đỡ xã hội, giúp đỡ hỗ trợ những người gặp khổ nạn trong đời, tự mình có phước, mang cho người khác hưởng. Như vậy thì phước báo có thể được lưu giữ đến tuổi già. Người thông minh mới hiểu được, người có trí tuệ mới thấu hiểu được ý nghĩa này, đến tuổi già được hưởng phước báo không cùng tận.

Cho nên, khi đã bố thí rồi thì nhất định sau đó không hối tiếc. Khi bố thí phải hoan hỷ bố thí, trong tương lai được hưởng phước thì hết thảy đều vô cùng thuận lợi, hết thảy đều không có chướng ngại. Vì vậy, phải thật lòng bố thí.

Nói thật ra, đời này của tôi thật hết sức may mắn. Trong quá khứ tôi không hề tu phúc, chỉ tu được một chút trí tuệ. Trong kinh Phật dạy rằng: *"Tu tuệ không tu phúc, La-hán bụng đói ôm bát rỗng."* Nửa đời trước của tôi cuộc sống hết sức gian khổ. Tuổi thiếu niên không có phước báo, đến tuổi thanh niên, tráng niên cũng không có phước báo. Tuổi già có được một chút phước báo không phải nhờ đời trước tu tích. Đời trước xác thực là không có tu phước. Tuổi già tôi có được một chút phước báo là nhờ sau khi học Phật hiểu được ý nghĩa này rồi mới tu được. Việc tu tập đó thực sự là hữu hiệu. Phương pháp đó là Đại sư Chương Gia dạy cho tôi.

Việc bố thí, khi bắt đầu bố thí cũng thấy xót lòng, cũng không vui thích. Dần dần lâu ngày nuôi dưỡng thành một thói quen, đại khái khoảng vài chục năm sau, lúc bố thí mới sinh lòng hoan hỷ, không còn mảy may miễn cưỡng. Thật không dễ dàng! Tập khí tham lam keo kiệt từ vô thủy kiếp đến nay, thật không dễ trừ dứt, thật không dễ dẹp bỏ. Điều này cũng nhờ sự giúp sức của Hàn Quán trưởng. Hàn Quán trưởng mỗi khi thấy người khác cúng dường cho tôi thì lập tức đến hỏi, lập tức lấy đi, bức bách tôi không thể không buông xả, không thể không bố thí. Đó là một tăng thượng duyên rất tốt. Nếu như bà ấy thấy tôi có tiền không đến hỏi, để tôi thu gom được ngày càng nhiều tiền hơn thì lòng tham của tôi cũng sẽ tăng trưởng.

Cho nên, có những lúc như quý vị thấy đó, những tăng thượng duyên nghịch là chuyện tốt, không phải chuyện xấu. Lúc ấy tôi đối với bà có lòng bất mãn, nhưng hiện nay thật hết sức cảm ơn, biết được rằng bà ấy thay tôi làm chuyện tốt đẹp, tham sân si mạn cũng từ chỗ ấy được diệt trừ.

Bố thí đặc biệt không tính toán đến chuyện được đền đáp

thì phước báo càng lớn hơn. Mong cầu quả báo thì phước báo tự nhiên biến thành nhỏ nhoi. So với chỗ bố thí của quý vị, đến lúc được hưởng phước báo cũng bằng như vậy. Chỗ bố thí bằng với chỗ nhận được. Khi bố thí hoàn toàn không có ý niệm mong cầu quả báo, đến lúc được quả báo so với chỗ quý vị bố thí sẽ lớn hơn, lớn hơn rất nhiều lần. Như vậy có ý nghĩa gì? Bố thí hữu tâm, có ý niệm, quả báo của quý vị có phạm vi, đó là ý niệm của quý vị có giới hạn, cho nên phước báo cũng có giới hạn. [Bố thí] vô tâm, không khởi lên ý niệm bố thí, tâm lượng của quý vị bằng với hư không, biến khắp pháp giới, phước đức không thể suy lường. Đức Phật trong kinh điển Đại thừa, đặc biệt là trong kinh Bát-nhã, giảng giải điều này rất nhiều.

Câu thứ hai là: *"Vay mượn không trả."* Nghĩa là chúng ta đến vay mượn của người khác món này vật khác, sau khi mượn rồi thì sao? Sau khi mượn rồi thì không trả lại. Như vậy là thuộc về hành vi trộm cắp. Mượn mà không trả tức là trộm cắp. Không có sự đồng ý của người khác mà vẫn cứ xem là của mình, như vậy đều là trộm cắp. Quả báo của trộm cắp là gì? Là nghèo khổ bần cùng. Quý vị trộm cắp tài vật của người khác, tương lai quý vị sẽ phải thiếu thốn tài vật, đời sống của quý vị phải hết sức khốn khổ. Nếu quý vị trộm giáo pháp thì phải chịu quả báo ngu si. Nghiệp nhân quả báo mảy may không sai chạy, chúng ta phải hiểu rõ.

Cho nên, hết thảy mọi việc làm, chúng ta đều phải suy ngẫm, liền biết được ý nghĩa nhân quả cũng như sự cảm ứng, liền biết được phải ứng xử với người khác, tiếp xúc với muôn vật như thế nào. Quý vị tạo nhân tốt đẹp viên mãn, quả báo của quý vị lẽ nào lại không tốt? Gieo nhân lành sẽ được quả lành. Đức Thế Tôn vì chúng ta giảng kinh *Thập thiện nghiệp đạo*, quý vị xem những điều nói trong kinh, quý vị tu thiện thì được những quả báo như thế nào. Nếu quý vị tạo tác những điều bất thiện, quả báo sẽ hoàn toàn ngược lại.

Chúng ta dùng tâm hiền thiện đối đãi với người khác, người khác cũng đối lại với ta bằng việc thiện. Chúng ta nói lời độc ác với người khác, người khác đáp lại ta cũng bằng lời độc ác. Do đó có thể biết, tâm ý xấu ác hướng đến người khác, trong thực tế là ý xấu ác hướng về chính mình. Tâm ý hiền thiện đối đãi với người khác, thực sự đó là tâm ý hiền thiện với chính mình. Điều này tôi vẫn thường nói là *"tự tha bất nhị"* (mình và người khác chẳng khác nhau). Từ chỗ này phải ngộ nhập sâu xa [để thấy rằng] hết thảy chúng sinh trong các pháp giới cùng khắp hư không đều là chính tự thân mình, đối tốt với người khác thực sự là đối tốt với chính mình.

Trong phần tiểu chú có mấy câu, chúng ta cần phải ghi nhớ: *"Nói chung khi mượn đồ vật của người khác phải giữ gìn bảo vệ. Nếu không phải việc bất đắc dĩ thì không nên mượn. Mượn về dùng xong phải lập tức trả lại."* Mấy câu này là lẽ thật, chúng ta phải luôn ghi nhớ, quyết định không được vi phạm. Chúng ta đến mượn của người khác món này vật khác, thực sự là bất đắc dĩ mới phải mượn. Nếu có thể không mượn thì tốt nhất là không mượn. Thực tế là bất đắc dĩ mới phải mượn của người khác. Mượn của người vật này vật khác, xác thực là sau khi mượn rồi thì phải giữ gìn bảo vệ, quyết định không thể làm hư hỏng. Dùng xong rồi phải nhanh chóng trả lại ngay.

Thế nhưng, những người có phẩm đức như vậy không nhiều. Khi tôi còn trẻ, từng nói với quý vị là đời sống vô cùng khốn khổ, tôi thật không có gì cả. Tôi thích đọc sách, cho nên hiếm hoi có được chút tiền nào, tôi hết sức dè sẻn dành dụm, thích thú đem ra mua sách, thích thú đọc sách. Sách của tôi không đưa cho người khác mượn. Vì sao không cho mượn? Vì đã từng cho mượn nhiều lần, đến lúc [người ta] mang trả lại thì [sách] hoàn toàn biến dạng. Cho nên từ đó về sau sách của tôi không cho người khác mượn nữa. Lúc đó là như vậy. Từ sau khi được Đại sư Chương Gia dạy bảo, tôi hiểu được việc phải tu bố thí, cho nên người khác đến mượn sách tôi đều đưa cho mượn. Có hư hỏng, khi trả lại thì tôi tự tu bổ lại. Đặc biệt là những sách khâu gáy chỉ, không giống như sách [ngày nay]. Sách khâu gáy bằng chỉ dùng trang đôi, sau khi bị hỏng thì tôi tự sửa lại.

Mượn sách rồi, vừa xem xong lập tức mang trả lại, trong số những người quen biết qua lại với tôi trong quá khứ chỉ có mỗi một người là Pháp sư Thánh Nghiêm, ở núi Pháp Cổ tại Đài Loan, thầy là đồng giới với tôi. Pháp sư là người đáng tin cậy, hơn nữa mượn sách của tôi thì giữ gìn rất hoàn hảo. Thầy có được phẩm đức như vậy, ngoài ra các pháp sư khác thì không tin được.

Lại còn có một số ít người, sau khi mượn rồi bỏ mất. Tôi đến hỏi, có lúc họ không chịu thừa nhận, nói rằng: "Tôi không có mượn của thầy." Quý vị nói xem, còn biết làm sao được nữa? Cũng không nhận là có mượn. Lại có một số người thừa nhận, rồi nói: "Tôi tìm không thấy, không biết bỏ ở đâu rồi." Như vậy cũng không biết làm sao! Những người như vậy đều là vô trách nhiệm.

Nói thật ra cũng đều có quan hệ nhân quả. Chúng ta bình thường phải biết nuôi dưỡng thành tựu đức hạnh tốt đẹp. Chúng ta chịu giúp đỡ hỗ trợ người khác, người khác cũng giúp đỡ hỗ trợ ta. Chúng ta có thể thương yêu bảo vệ người khác, người khác cũng thương yêu bảo vệ ta. Nghiệp nhân quả báo không mảy may sai lệch. Những chuyện này tuy là bình thường, chỉ là những chuyện nhỏ nhặt trong đời sống hằng ngày, nhưng có quan hệ đến đức hạnh của chúng ta, quan hệ đến quả báo trong tương lai, vì những điều này đều là tạo nhân.

Hôm nay thời gian đã hết, chúng ta giảng đến đây thôi.

Bài giảng thứ 167

(Giảng ngày 4 tháng 3 năm 2000 tại Tịnh Tông Học Hội Singapore, file thứ 168, số hồ sơ: 19-012-0168)

Thưa quý vị đồng học, cùng tất cả mọi người.

Mời xem *Thái Thượng Cảm ứng thiên*, đoạn thứ 98: *"Phận ngoại doanh cầu. Lực thượng thi thiết."* (Mong cầu vượt quá phận mình. Đem dùng cạn kiệt năng lực.) Hai câu này là thuộc về *"những việc ác do không có lòng nhân hậu khoan dung"*.

"Phận ngoại" là vượt ngoài phần của mình, cũng là vượt quá phận mình mà mong cầu. *"Lực lượng thi thiết"*, *lực* là nói phạm vi năng lực của quý vị, không còn chút nào giữ lại, đó là nói không còn chút nào lưu giữ, điều này cũng là sai lầm. Nói cách khác, như vậy là không biết khiêm nhường. Đó là hàm ý tổng quát.

Trong phần chú giải nói rất rõ, quý vị xem qua có thể hiểu được rõ ràng. Với tâm thái như vậy, dù làm việc gì cũng đều là suy tổn phước báo. Chúng ta sau khi hiểu được ý nghĩa này rồi thì nhất định phải giác ngộ. Con người sống ở đời thời gian rất ngắn ngủi tạm bợ, trăm năm chỉ như cái búng móng tay. Trong cuộc đời ngắn ngủi này, cần gì phải [khó khăn] không khoan dung tha thứ cho người khác mà tạo thành hết thảy nghiệp tội? Điều này trong kinh Phật thường nói là hết sức ngu si *"thật đáng thương thay"*.

Bậc quân tử có lòng nhân, việc gì cũng nhẫn nhịn nhún nhường, việc gì cũng lùi lại phía sau [người khác], chỗ phước đức có được thật không cùng tận. Nói chung, những người không biết nhường nhịn người khác thì đó là tướng phước đức mỏng manh. Người như vậy thì không cần thiết phải so đo tính toán với họ.

Trong xã hội hiện đại, nếu bình tĩnh quan sát quý vị sẽ thấy được mối nguy cơ rất lớn đang tiềm ẩn. Hơn nữa, ngay trong khi chúng ta đang quan sát thì cũng chưa biết chừng không bao lâu nữa mối nguy cơ ấy sẽ bộc phát. Cách đây mấy tháng, tôi xem qua bản tạp chí Mộ Tây ở Los Angeles, trong đó có chương *"Thống kê thanh thiếu niên phạm tội tại Hoa Kỳ"*. Tôi xem qua rồi hết sức kinh sợ. Nếu như sự việc này không được cải thiện thì tại Hoa Kỳ trong khoảng hai mươi đến ba mươi năm nữa thật không dám tưởng tượng. Không chỉ Hoa Kỳ sẽ hủy diệt, cả thế giới này cũng đều hủy diệt. Vấn đề thật đã nghiêm trọng hết mức. Tôi cũng vì sự việc này mà đã đặc biệt đến California một chuyến, cùng với các vị lãnh tụ tôn giáo, lãnh tụ xã hội ở địa phương tổ chức hai lần tọa đàm trên đài truyền hình, chủ yếu là thảo luận vấn đề này. Hiện tại mọi người đối với vấn đề này vẫn hết sức lo âu, chưa có biện pháp giải quyết.

Vậy đây là vấn đề gì? Chính là vấn đề giáo dục, bao hàm cả giáo dục trong gia đình, giáo dục ở nhà trường, giáo dục ngoài xã hội và cũng bao quát cả giáo dục trong tôn giáo. Bốn phương diện giáo dục này phải kết hợp thực hiện thật tốt thì mới có thể cứu vãn được. Thế nhưng muốn kết hợp bốn phương diện giáo dục này thật khó khăn vô cùng. Cho nên, tôi thỉnh cầu Đài truyền hình cho phát nội dung chính diện này nhiều lần, dẫn dắt lòng người, công đức vô lượng. Các vị Đổng Sự Trưởng, Tổng Giám Đốc của Đài truyền hình đều rất khó thuyết phục. Khi họ đồng ý rồi, tôi mới cung cấp các băng ghi hình giảng kinh cho họ. Nói thật ra, cách làm này cũng chỉ như muối bỏ bể, chỉ là cố cho hết sức người mà thôi. Hy vọng đại chúng trong xã hội đều có thể giác ngộ, đều có thể phản tỉnh, đều có thể quay đầu thì thế giới này mới cứu vãn được.

Hồi tuần trước, cư sĩ Tam Trọng Liêu ở Đài Bắc đến đây gặp tôi, tôi có đem việc này nói với ông ấy. Ông ấy bảo tôi, số lượng thanh thiếu niên ở Đài Loan phạm tội như vậy đem so với ở Hoa Kỳ chỉ có nhiều hơn chứ không thể ngang bằng. Cha mẹ dạy dỗ con cái, cha mẹ nói ra một câu thì con cái trả treo lại đến mười câu. Tôi nghe nói như vậy thì vấn đề của Đài Loan đã nghiêm trọng, nhất định phải có tai nạn lớn.

Người đời hiện nay không chịu đọc sách. Các bậc hiền thánh xưa của Trung quốc dạy bảo chúng ta không phải là tiên tri, không phải là mê tín. Hiền thánh xưa dạy ta quan sát những điều tốt xấu, lành dữ trong xã hội là quan sát từ đâu? Chính là từ nơi lòng người. Quý vị quan sát thật kỹ, con người [thời nay] nghĩ tưởng những gì, họ nói ra những gì, họ làm những gì. Nếu như ba nghiệp [thân, khẩu, ý] đều hiền thiện thì xã hội tốt đẹp. Ba nghiệp bất thiện thì xã hội đó chắc chắn phải có tai họa giáng xuống. Đó không phải là mê tín.

Lời dạy của người xưa, chúng ta lại đem kinh luận của Phật ra đối chiếu qua một lượt, càng kiên định lòng tin, tin sâu không nghi ngại. Trong kinh điển, Phật dạy: *"Y báo tùy trước chánh báo chuyển."* (Y báo tùy theo chánh báo mà thay đổi.) Y báo là hoàn cảnh sống của chúng ta, là gia đình, xã hội, quốc gia, thế giới của chúng ta, đều là hoàn cảnh sống của ta. Hoàn cảnh tùy theo lòng người mà chuyển biến, tùy theo ý niệm của người mà chuyển biến. Tâm niệm hiền thiện, hoàn cảnh tốt lành, hoàn cảnh là phước báo. Tâm niệm bất thiện, đó là tai ương, đó là hung hiểm, là họa hại.

Cho nên, các bậc thánh hiền thế gian và xuất thế gian, các ngài xuất hiện ở thế gian để làm những gì? Từ xưa đến nay, ở khắp mọi nơi, hầu như các ngài đều cùng làm một việc giống nhau là giáo dục, truyền đạo. Nguồn gốc của họa hại là ở đâu? Trong Phật pháp nói rất rõ ràng, nguồn gốc ở nơi *"ngã kiến"*. Nhưng số người thực sự thể hội được danh từ này không nhiều. Tác dụng của *"ngã kiến"* là gì? Tạo thành tác dụng gì? Đó là tự tư tự lợi, mọi người đều thấy rõ. Chúng ta ngày nay nhìn xem, con người trên toàn thế giới này, có người nào là không tự tư tự lợi? Có người nào không liều mạng truy cầu danh văn lợi dưỡng, năm món dục trong sáu trần cảnh?

Hai câu này cũng là từ chỗ đó mà nói: *"Mong cầu vượt quá phận mình. Đem dùng cạn kiệt năng lực."* Không từ bất cứ thủ đoạn nào, dối lừa ngang ngược cướp đoạt, tranh danh trục lợi.

Tối hôm qua có cư sĩ Hà Vân từ Bắc Kinh sang Singapore đến thăm tôi, buổi tối chúng tôi cùng dùng cơm ở Kim Sơn Các. Kim Sơn Các là một nhà hàng chay, trong đó đặt rất nhiều tivi. Tôi nhìn qua màn ảnh tivi thấy có nữ ca sĩ đang hát. Tôi nhìn cô ca sĩ ấy, thật là ma quỷ chứ không phải người. Nghe nói cô ca sĩ này khi đi hát bên ngoài thì vé vào cửa được bán đến một ngàn đồng mỗi vé, như vậy sao được? Chúng ta giảng kinh thuyết pháp không thu tiền mà người ta còn không chịu đến nghe, đằng này mỗi vé một ngàn đồng mà họ cũng liều mạng chui đầu vào. Chúng ta nghĩ xem con người hiện đại trong đầu suy tưởng những gì? Thật không thể được, toàn ma quỷ hỗn loạn.

Trong kinh Lăng Nghiêm có nói: *"Tà sư thuyết pháp nhiều như cát sông Hằng."* Đâu là tà sư? Hết thảy đó đều toàn là tà sư. Bọn họ dẫn dắt xã hội như vậy, xã hội làm sao không hỗn loạn? Tai nạn dồn dập, lần sau nghiêm trọng hơn lần trước, chúng ta liền hiểu được tai nạn từ đâu đến. Đạo đức, nhân nghĩa, lễ giáo đều bị vất bỏ hết rồi, dứt sạch rồi. Tương lai của hết thảy những chúng sinh này sẽ đi về đâu? Nếu quý vị thấu hiểu được đôi chút Phật pháp, [có thể thấy được là họ] đều vào trong ba đường ác. Hiện tượng địa ngục, chúng sinh địa ngục, hiện tượng đó đã biểu lộ ra rồi, đó là hình tướng địa ngục, tướng địa ngục hiện tiền, chúng ta còn chưa giác ngộ sao?

Bằng cách nào cứu vãn được Phật pháp? Bằng cách nào cứu được chúng sinh? Chúng ta thực sự không rõ biết, bằng cách nào để cứu chính mình cũng không biết được, quý vị nói xem có đáng thương xót hay không? Từ chỗ nào bắt đầu cứu vãn? Trong kinh Quán Vô Lượng Thọ Phật, Phật dạy chúng ta ba điều *"tịnh nghiệp tam phúc"*. Tính chất quan trọng thiết yếu của ba điều này, có mấy người biết được? Đức Phật dạy rất rõ ràng, *"đây là chính nhân tịnh nghiệp của ba đời chư Phật"*. Câu này chẳng phải đã quá rõ rồi sao? Ba đời là chư Phật quá khứ, chư Phật hiện tại, chư Phật tương lai. Hết thảy những người tu hành thành Phật đều dựa trên nền tảng này. Bất kể quý vị tu theo pháp môn nào, thuộc tông phái nào, Hiển giáo hay Mật giáo, Thiền tông hay Giáo tông, hết thảy đều lấy những điều này làm nền tảng. Không có nền tảng này, quý vị chắc chắn không thể thành tựu. Sự tu hành của chúng ta trước tiên phải đặt căn bản từ chỗ này. Từ đó về sau, quý vị mới có thành tựu, sự dụng công của quý vị mới có hiệu quả. Nói thật ra, quý vị mới được chư Phật hộ niệm, được các vị trời, rồng, thiện thần ủng hộ. Nếu quý vị bỏ qua đi nền tảng này, cho dù quý vị có tu học tinh tấn, chư Phật cũng không hộ niệm quý vị, các vị trời, rồng, thiện thần cũng không bảo vệ, giúp đỡ quý vị. Vì sao vậy? Vì con đường quý vị đi là tà đạo, vì những điều [quý vị bỏ qua đó] là căn bản của chánh pháp.

Căn bản của những nền tảng này là gì? Là *"hiếu dưỡng cha mẹ, phụng sự sư trưởng"*, chính là tám chữ ấy. Ba đời mười phương chư Phật giáo hóa vô lượng vô biên chúng sinh trong các pháp giới là dạy những gì? Chính là dạy tám chữ này. Từ tám chữ này, nếu chúng ta giản lược đi có thể còn lại bốn chữ là *"hiếu thân tôn sư"* (hiếu với cha mẹ, tôn kính thầy). Lại giản lược thêm một lần nữa thì còn hai chữ *"hiếu kính"*. Giáo hóa của các bậc thánh hiền thế gian cũng như xuất thế gian chính là hai chữ *"hiếu kính"* này. Thực hành hai chữ này được trọn vẹn đầy đủ là thành Phật. Nếu chúng ta vất bỏ đi hai chữ này là bất hiếu với cha mẹ. Quả thật, có hiếu với cha mẹ thì quý vị không dám khởi sinh vọng tưởng, không dám làm chuyện sai trái. Vì sao vậy? Làm chuyện sai trái, khởi sinh vọng tưởng là có lỗi với cha mẹ. Không y theo lời dạy vâng làm là có lỗi với thầy.

Hôm nay tôi nói ra những lời này thật hết sức đau lòng, vô cùng cảm khái. Bởi vì ngày nay hiếu đạo, sư đạo không còn nữa. Ngày nay có ai nghe ai? Cho dù ai cũng không nghe ai, vẫn hy vọng người khác chịu nghe tôi. Bồ Tát Phổ Hiền dạy chúng ta *"hằng thuận chúng sinh"*, hiện tại thì hoàn toàn ngược lại, chỉ hy vọng chúng sinh hằng thuận ta, ta không thể hằng thuận chúng sinh. Đó là thiên hạ đại loạn, cho nên tai nạn, họa hại đều giáng xuống.

Phương thức bổ cứu là cứ theo hướng ngược lại mà làm. Người đời bất hiếu, ta phải tận hiếu, nêu gương cho mọi người noi theo. Người đời bất kính, ta phải cung kính, nêu gương cho mọi người noi theo. Đó là chư Phật Bồ Tát tái sinh, hiện thân thuyết pháp. Phải là bậc tái sinh mới có thể làm được, không phải bậc tái sinh không thể làm nổi, vì không có trí tuệ, cũng không có phước đức. Phải là bậc đại trí tuệ, đại phước đức mới có thể làm được. Duyên lành của chúng sinh thuần thục mới có bậc đại thiện tri thức, bậc tái sinh xuất hiện. Chúng sinh không có phước đức, đã tạo nghiệp đến lúc phải chịu tai nạn, những bậc tái sinh như vậy sẽ lui về ở ẩn, yêu ma quỷ quái xuất hiện.

Cho nên, mọi người phải ghi nhớ trong kinh Lăng Nghiêm có nói, thế gian hiện nay của chúng ta, yêu ma quỷ quái nhiều như cát sông Hằng. Chúng ta nghe câu này phải tự mình tỉnh táo phản tỉnh, xét xem tự thân mình có phải yêu ma quỷ quái hay không? Điều này rất quan trọng thiết yếu. Nếu như thấy mình là yêu ma quỷ quái thì phải nhanh chóng quay đầu hướng thiện. Quay đầu là bờ. Phật với ma chỉ khác biệt nhau trong một niệm. Một niệm giác ngộ thì ma thành Phật, một niệm mê hoặc thì Phật đọa thành ma. Cho nên, các bậc đại đức trong tông môn thường nói: "Không có Phật cũng không có ma." Chỉ khác biệt ở một niệm, phải nỗ lực học tập.

Chúng tôi vì quý vị đồng học trong Tịnh độ tông mà biên soạn sách *Tịnh Tông đồng học tu hành thủ tắc*, thật hết sức cấp bách. Đó là đã giản lược đến mức không còn có thể ít hơn, đã đến mức ít nhất rồi. Chúng ta có thể làm được [theo trong sách] thì trong một đời này nhất định được sinh về Tịnh độ, nhất định được chư Phật hộ niệm, được các vị trời, rồng, thiện thần theo bảo vệ, giúp đỡ. Chúng ta ở trong thời đại này như đang cơn sóng dữ, không thể để bị nhấn chìm, phải có khả năng giữ gìn vững chắc. Nếu không thể y theo lời dạy vâng làm, nhất định sẽ bị con sóng dữ của thời đại này nuốt mất, con đường tương lai của quý vị nhất định là tối tăm u ám.

Tôi năm nay tuổi đã cao, tùy thời có thể ra đi, tôi tự biết mình sẽ đi về đâu. Con đường tương lai của tôi thật sáng tỏ rõ ràng. Khi thân thể này còn lưu lại chốn thế gian vẫn hết lòng hết sức vì mọi người, giúp đỡ hỗ trợ mọi người nhận hiểu rõ ràng được chân tướng sự thật.

Trước mắt là đủ mọi sự nguy nan, có tác động hay không là do quý vị đồng tu có sự cảnh giác hay không. Nếu có thể cảnh giác là quý vị có phước đức. Nếu vẫn như xưa vô cảm không thay đổi, tôi đối với quý vị cũng đã hết trách nhiệm. Tương lai quý vị có đọa vào ba đường ác cũng không thể trách tôi, tôi đã sớm báo trước rồi. Khởi tâm động niệm, nói năng hành động, tôi thường nói là phải buông bỏ đi thành kiến của bản thân, kiến giải của riêng mình, tư tưởng của riêng mình. Đó đều là tội lỗi, xấu ác. Kinh Địa Tạng nói: *"Chúng sinh trong cõi Diêm-phù-đề, mọi cử chỉ, hành vi, nói năng đều là tội lỗi."* Đó là lời Phật dạy, không phải do tôi nói ra. Chúng ta suy ngẫm, thấy không sai!

Cần phải buông bỏ, hết thảy đều thuận theo lời răn dạy của chư Phật, Bồ Tát, y theo lời dạy vâng làm, chúng ta mới được cứu vớt. Cho nên, nhất định phải buông bỏ tự tư tự lợi, buông bỏ danh văn lợi dưỡng, buông bỏ tham sân si mạn, hết thảy vì chúng sinh, vì Phật pháp, quyết định không vì tự thân mình, chúng ta chỉ một đường này là thoát ra, được giải thoát. Giải trừ được những quan niệm sai lầm của chúng ta, cách nghĩ sai lầm, cách nhìn sai lầm, thoát khỏi tự tư tự lợi, thoát khỏi danh văn lợi dưỡng, thoát khỏi năm món dục trong sáu trần cảnh, liền thoát ly được sáu đường luân hồi.

Bài giảng thứ 168

(Giảng ngày 8 tháng 3 năm 2000 tại Tịnh Tông Học Hội Singapore, file thứ 169, số hồ sơ: 19-012-0169)

Thưa quý vị đồng học, cùng tất cả mọi người.

Mời xem *Thái Thượng Cảm ứng thiên*, đoạn thứ 99 và đoạn thứ 100. Đoạn thứ 99 có một câu: *"Dâm dục quá độ."* (Dâm dục quá mức độ.) Phần chú giải câu này rất dài nên có thể thấy được điều xấu ác này là rất nghiêm trọng. Đoạn thứ 100 có ba câu: *"Tâm độc mạo từ. Uế thực ủy nhân. Tả đạo hoặc chúng."* (Trong lòng ác độc, bên ngoài ra vẻ hiền từ. Cho người khác ăn thức ăn dơ. Dùng tà đạo sai trái mê hoặc mọi người.)

Hãy xem câu thứ 99: *"Dâm dục quá mức độ."* Trong phần chú giải nói: *"Quan hệ [tình dục] sai trái với người ngoài, đánh mất đạo đức, táng tận lương tâm, cho nên đức Thái Thượng rủ lòng răn cấm trước hết."* Điều này phần trước đã nói đến rất nhiều. Sau đó nói: *"Đến như vợ chồng chính thức, lại càng phải có sự tiết chế. Nếu nói vợ chồng [quan hệ với nhau] không phải dâm dục, làm sao tránh được tai họa chết người là buông thả ái dục."* Phần sau chú giải nói rất nhiều, quý vị đồng tu nên tự mình xem qua.

Trong Phật pháp thường nói, ái dục là căn bản của sáu đường luân hồi. *"Ái bất trọng bất sinh Ta-bà."* (Ái dục không nặng nề ắt không sinh vào thế giới Ta-bà.) Chữ *ái* đó là chỉ ái dục. *"Niệm bất nhất bất sinh Tịnh độ."* (Niệm Phật không chuyên nhất không thể sinh về Tịnh độ.) Hai câu này thật quan trọng thiết yếu.

Trong pháp môn Tịnh độ, hai chữ *"hân yếm"* (ưa và chán) là bao quát trọn vẹn đầy đủ tất cả. Chán là chán những gì?

Chán lìa cõi Ta-bà, chán lìa sáu đường, trước tiên hết phải dứt trừ ái dục. Quý vị còn có những thứ này, dù không hình thành sự việc, chỉ có trong ý niệm thôi cũng là không được rồi. Quý vị có ý niệm [ái dục], quý vị không thể ra khỏi sáu đường luân hồi.

Quý vị nếu muốn vãng sinh thế giới Cực Lạc phải chuyên niệm A-di-đà Phật. Kinh Vô Lượng Thọ dạy chúng ta: *"Phát tâm Bồ-đề, một lòng chuyên niệm."* Cho nên, niệm không chuyên nhất là không hiệu quả. Thế nào là chuyên nhất? Trong suốt ngày đêm sáu thời chỉ duy nhất có một niệm này. Trừ niệm này ra, tuyệt không có niệm thứ hai. Như vậy niệm mới chuyên nhất. Người như vậy chắc chắn được sinh về Tịnh độ, thực sự gọi là buông bỏ hết thảy thân tâm, thế giới. Chúng ta phải hiểu rõ được ý nghĩa này.

Nếu có đủ nhân duyên, nhất định phải rộng độ chúng sinh. Vì sao vậy? Vì tương ưng với tâm Bồ-đề, phát tâm Bồ-đề. Không có duyên phần rộng độ chúng sinh, vẫn giữ thệ nguyện kiên cố. Chỉ không có nhân duyên, không có cơ hội, nhưng vẫn sẵn có thệ nguyện kiên cố. Hoàn toàn không phải là không có nguyện độ chúng sinh. Không có nguyện độ chúng sinh, dù niệm Phật đạt đến *"nhất tâm bất loạn"* cũng không thể vãng sinh. Cho nên, điều kiện để vãng sinh là *"phát tâm Bồ-đề, một lòng chuyên niệm"*. Quý vị phát tâm Bồ-đề nhưng không một lòng chuyên niệm, quý vị không thể vãng sinh. Chuyên niệm nhưng không phát tâm Bồ-đề cũng không thể vãng sinh. Chúng ta phải ghi nhớ điều này.

Cho nên, ái dục nhất định phải dứt trừ, phải từ trong tâm mà dứt trừ, biết rằng họa hoạn của nó là vô cùng. Từ vô lượng kiếp đến nay, đời đời kiếp kiếp tu hành không ra khỏi được sáu đường, cũng là do ái dục làm hại. Nếu như trong đời này vẫn không buông bỏ, vậy thì không khác gì so với quá khứ, với thế giới Tây phương Cực Lạc chỉ kết duyên thôi. Quý vị có thể hỏi vậy đến ngày nào có thể vãng sinh? Một đời này có thể vãng sinh chăng? Hỏi rất hay. Khi nào quý vị dứt trừ được ái dục, đó là lúc quý vị được vãng sinh thế giới Cực Lạc. Điều này chúng ta nhất định phải hiểu rõ. Phần chú giải rất dài, nói cách khác, điều đó lên tính quan trọng thiết yếu của câu này.

Bây giờ xem đến ba câu tiếp theo: *"Trong lòng ác độc, bên ngoài ra vẻ hiền từ. Cho người khác ăn thức ăn dơ. Dùng tà đạo sai trái mê hoặc mọi người."* Những việc này trong xã hội hiện đại vẫn thường nhìn thấy. Chúng ta phải tự mình phản tỉnh suy xét kỹ, chúng ta có phạm vào những lỗi lầm xấu ác này hay không? Dáng vẻ bên ngoài giả như hiền hòa, lời nói dễ nghe, cách thế giả dối ấy nói thật ra có thể lừa gạt được người đời nhưng đối với những người thực sự có đạo hạnh, có học vấn thì không thể lừa dối được. Ở đời có rất nhiều người ngu si dễ dàng bị lừa. Thời kỳ mạt pháp, đức Phật dạy: *"Tà sư thuyết pháp nhiều như cát sông Hằng."* Ma vương ngoại đạo ngụy trang rất nhiều, rất dễ dàng dụ dỗ mê hoặc người đời. Cho nên, chúng ta thường thấy đồ chúng của ma rất đông đảo, tài lực, vật lực phi thường hùng hậu, bốn chúng đệ tử Phật chúng ta hoằng dương Chánh pháp so ra [thế lực] còn kém chúng rất xa. Chúng ma ngụy trang giả dối, ta không giả dối. Ma dùng thủ đoạn, ta không dùng thủ đoạn. Chúng ta vâng theo lời răn dạy của Phật, tùy duyên nhưng không chạy theo duyên; ma chạy theo duyên, hoàn toàn không phải tùy duyên.

"Cho người khác ăn thức ăn dơ." Câu này suy ra ý tứ rất rộng. Nói chung, những thứ không thể dùng được, mình không dùng được, lại đem ra bố thí cúng dường chỗ này chỗ khác, đều là thuộc về lỗi này.

"Dùng tà đạo sai trái mê hoặc mọi người." [Phạm vi] điều này càng rộng hơn nữa. Đặc biệt là trong cửa Phật, chúng

ta làm sao phân biệt? Đức Phật dạy chúng ta một phương pháp, một nguyên tắc cơ bản là: *Tương ưng với giới định tuệ là Chánh pháp, trái nghịch với giới định tuệ là tà đạo.* Phạm vi của giới định tuệ cũng rất rộng. Những kinh luận mà đồng học Tịnh độ tông chúng ta y cứ là năm bộ kinh, một bộ luận. Từ những kinh luận đó, tôi trích xuất ra năm khoa mục. Với năm khoa mục này, nếu quý vị có thể khéo vận dụng thì tự nhiên có thể phân biệt được mọi điều tà chánh, thị phi, thiện ác, lợi hại. Cho nên, quý vị sử dụng [năm khoa mục là] *Tam phúc, Lục hòa, Tam học, Lục độ* và *Phổ Hiền thập nguyện* làm tiêu chuẩn. Tương ưng với các tiêu chuẩn này là Chánh pháp, trái nghịch với các tiêu chuẩn này là tà đạo, là bàng môn tả đạo.

Trong quá khứ, Lão sư Lý Bỉnh Nam thường dạy tôi phải đề cao cảnh giác, ngoại đạo trong nhà thật không dễ dàng phân biệt. Ngoại đạo ở bên ngoài cửa Phật, quý vị rất dễ nhận biết. Ngoại đạo ở ngay bên trong cửa Phật, cho nên các bậc cổ đức gọi là *"ngoại đạo trong nhà"*. Những người càng thân cận với chúng ta, nếu có những tư tưởng không thuần chánh, đó đều là *"ngoại đạo trong nhà"*. Thậm chí cùng ở trong Tịnh độ tông, cùng ở trong Tịnh Tông Học Hội, cũng vẫn có những *"ngoại đạo trong nhà"*.

Vì sao biến thành ngoại đạo? Vì những người ấy ở đây tu theo Tịnh độ tông, cùng sống chung với chúng ta, nhưng trong lòng muốn làm lãnh tụ, muốn nắm quyền hành. Tâm ý đó là hư hoại, là tâm độc. Những gì là độc? Tham lam, sân hận, si mê là ba độc. Không thể buông bỏ được danh văn lợi dưỡng, ở ngay trong đạo trường này mà tranh quyền đoạt lợi, kéo bè kết đảng, hủy nhục, tự mình đối lập, đều là phạm vào tội lỗi này.

Nếu như chúng ta đem năm khoa mục [nói trên] ra đối chiếu, ngay lúc đó liền phát hiện được [những sai trái]. Quý vị phải có các tiêu chuẩn [chính đáng], thì quý vị mới có thể phân biệt tà chánh, phân biệt thiện ác, phân biệt thị phi. Chúng ta tự thân là một người tâm lành thuần nhất, tự nhiên có chư Phật hộ niệm, các vị trời, rồng, thiện thần theo bảo vệ, giúp đỡ. Ví như có bị tổn hại cũng không oán trời, không trách người, tự mình quay lại phản tỉnh [xét lỗi] bản thân, [nhờ đó] quả báo nặng cũng thành gánh chịu nhẹ. Nếu chúng ta không thực sự tu trì, tu hành thì quả báo ấy so ra phải nhận chịu nặng nề hơn không biết đến bao nhiêu lần. Đó là thuộc về trường hợp tội nặng mà quả báo nhẹ.

Cho nên, trong lòng tự nhiên có thể làm được đến mức nghịch cảnh đến liền chấp nhận, oán kết của ta liền được hóa giải, tai nạn có thể được tiêu trừ. Dù không thể tiêu trừ thì cũng được giảm nhẹ. Cho nên, tâm thiện, lời nói hiền thiện, hành vi hiền thiện, nhất định có lợi ích.

Trong pháp thế gian cũng như xuất thế gian, quyết định không tranh quyền, quyết định không đoạt lợi. Không tranh giành quyền lợi với người khác, không tranh giành địa vị với người khác, chúng ta phải luôn nhớ đến đạo nghĩa. Bất kể mình đang giữ vai trò gì, bất kể tự thân đang có địa vị gì, cũng đều có thể đem hết tâm lực ra cống hiến, vì hết thảy chúng sinh phục vụ. Khi giữ chức vụ, địa vị cao, phải nhận lấy sứ mạng nhọc nhằn khó khăn. Không ở chức vụ cao thì hợp lực, góp sức trợ giúp. Ví như trong đạo trường của chúng ta, chúng ta hết lòng hết sức cùng hỗ trợ cho Lý Hội trưởng. Ông ấy giữ vai trò lãnh đạo, chúng ta đem toàn tâm toàn lực giúp đỡ hỗ trợ. Ông ấy được công đức lớn lao, chúng ta cũng được công đức lớn lao như ông ấy, không hề khác biệt. Quý vị hiểu rõ được chân tướng sự thật này thì tranh giành có gì là tốt?

Phật dạy chúng ta nhẫn nhịn nhún nhường, thế nhưng trong xã hội ngày nay, trẻ con vừa mới sinh ra nói chung đã được dạy dỗ phải cạnh tranh. Quý vị nói xem, như vậy sao có thể được? Vì giỏi việc cạnh tranh, không từ bất cứ thủ đoạn nào để tranh giành, lại được mọi người trong xã hội ngợi khen xưng tán. Xã hội như vậy, con đường tương lai thật rất đáng thương. Ngày xưa, Mạnh Phu tử từng nói với Lương Huệ Vương: *"Người trên kẻ dưới tranh nhau điều lợi, đất nước nguy rồi."* Đó là nói một đất nước nhỏ. *Người trên* là bậc đế vương, *kẻ dưới* là thường dân bách tính. Mọi người đều tranh nhau điều lợi, cạnh tranh danh lợi, đất nước đó nguy rồi.

Hiện nay chúng ta xem thấy trên toàn thế giới, người trên kẻ dưới đều tranh nhau điều lợi. Cho nên, các tiên tri nước ngoài nói rằng ngày tận thế đã tới, thế giới này nguy rồi. Chúng ta sinh vào thời đại này, phải làm gì đây? Chỉ sinh đến nơi này để chịu khổ nạn sao? Đó là quý vị do kiếp nạn của mình mà sinh đến đây. Nếu không phải do kiếp nạn của mình mà sinh đến đây, thì quý vị sống trong hoàn cảnh này hoàn toàn không bị ảnh hưởng của tai nạn, có thể khuyên bảo dẫn dắt mọi người quay đầu hướng thiện.

Khuyên người khác quay đầu hướng thiện thì trước tiên bản thân mình phải quay đầu, phải nêu gương cho mọi người noi theo. Tự bản thân mình không quay đầu hướng thiện, làm sao có thể khuyên bảo, cảnh tỉnh người khác quay đầu hướng thiện? Cho nên, tự mình phải quay đầu hướng thiện, phải biểu hiện ra là một người *"không tranh giành gì với người, không mong cầu gì ở đời"*.

Chúng ta làm được hai câu *"Phát tâm Bồ-đề, một lòng chuyên niệm"* thì đối với chúng sinh mà nói, chúng ta thực sự đã có sự cống hiến. Sự hành trì đó chính là cống hiến. Quý vị không nên cho rằng quý vị làm như vậy không có ai biết. Không ai biết, nhưng quỷ thần đều biết. Ngày nay số lượng quỷ thần học Phật, nghe kinh, niệm Phật, so với những chúng sinh mà ta nhìn thấy được, thật không biết nhiều hơn đến bao nhiêu lần, sao lại không có ai biết? Phước đức tu tập không hề hư dối.

Chúng ta đọc đến câu *"Dùng tà đạo sai trái mê hoặc mọi người"* liền nghĩ đến những người phê phán bản hội tập kinh Vô Lượng Thọ [của cư sĩ Hạ Liên Cư]. Đó là trong số những chuyện *"dùng tà đạo sai trái mê hoặc mọi người"* gần gũi chúng ta nhất, quan hệ sát sao với chúng ta nhất. Cho nên, quý vị suy ngẫm thật kỹ, Chánh pháp ra đời thì nhất định có ma đến gây nhiễu loạn.

Vì sao ma đến gây nhiễu loạn? Vào thời đức Thế Tôn còn tại thế, Ma vương Ba-tuần đã nói rất rõ ràng. Ma không muốn chúng sinh cõi này vượt thoát ba cõi. Chúng vui mừng mong cho ma con ma cháu càng đông càng tốt, càng đông chúng càng vui. Sống lâu nhiều phước đông con cháu, đó là quan niệm của ma, không phải quan niệm của Phật. Nếu Phật hóa độ một chúng sinh thoát ra ba cõi, cũng giống như một người di dân rời đi, lìa khỏi đất nước. Điều đó làm cho người làm vua trong nước phải đau lòng, dân trong nước vì sao phải giảm mất đi một người? Cho nên Ma [vương] hết sức bám chấp.

Ma cũng hộ trì Phật pháp, ma cũng lễ thỉnh pháp sư, đại đức, Phật, Bồ Tát giảng kinh thuyết pháp, nhưng không mong cho người ta được thoát khỏi ba cõi. Quý vị làm việc thiện, tu tích phước đức, ma cũng hoan hỷ, nhưng quý vị muốn thấu triệt lẽ sinh tử, thoát ra khỏi luân hồi thì ma không hoan hỷ, luôn tạo đủ mọi chướng ngại. Chúng ta biết Lão cư sĩ Hạ Liên Cư hội tập bản kinh [Vô Lượng Thọ], nhưng không biết [bản kinh này] cứu độ được bao nhiêu chúng sinh. Ma thấy bản kinh này thì cố chống phá, luôn nghĩ ra đủ mọi phương pháp, khiến cho mọi người đối với bản kinh này mất đi niềm tin, quay sang đọc tụng bản kinh khác.

Những bản kinh khác, nếu thực sự tụng đọc cũng có thể

thành tựu. Thế nhưng chúng ta có thể suy ngẫm thấy, thật không dễ dàng được vãng sinh, bởi vì người như vậy không có định công, không có trí tuệ, không có đức tin sâu. Hôm nay có người nói kinh này hay, liền tin theo, bỏ đi niềm tin trước đó. Ngày mai lại có người khác nói bản kinh khác hay hơn, so với bản này hay hơn nhiều, thế là lại từ bỏ bản kinh hiện tại. Người như vậy tâm luôn dao động, không có chủ đích, rất dễ dàng bị ma lừa gạt. Ngày nay gặp ma, bảo quý vị bản kinh này không hay, quý vị phải học bản kinh khác. Học được một, hai năm, lại có ma khác đến nói với quý vị rằng bản kinh đó cũng không tốt, còn có bản kinh khác hay hơn, khiến cho quý vị trong một đời cứ thường thường thay đổi pháp môn. Vậy thì quý vị không có một thành tựu nào, không có chuyện gì thành công.

Không kể là pháp môn gì, chỉ cần *"nhất môn thâm nhập, trường thời huân tu"* thì người tu quyết định có sự thành tựu. Nguyên lý, nguyên tắc này chúng ta nhất định phải sáng tỏ. Cho nên, quý vị tùy theo trình độ của mình, tùy theo hoàn cảnh cuộc sống của mình, quý vị vui thích với pháp môn nào thì chọn lựa theo một pháp môn, suốt đời không thay đổi, quý vị nhất định có thành tựu. Người nào thường thay đổi pháp môn, nhất định không có thành tựu. Chư Phật Như Lai cũng không hóa độ được họ, không giúp được họ.

Bài giảng thứ 169

(Giảng ngày 10 tháng 3 năm 2000 tại Tịnh Tông Học Hội Singapore, file thứ 170, số hồ sơ: 19-012-0170)

Thưa quý vị đồng học, cùng tất cả mọi người.

Hôm nay chúng ta xem lại *Cảm ứng thiên*, đoạn thứ 101. Đoạn trước đó là đoạn thứ 100, chúng ta đã giảng qua: *"Tâm độc mạo từ. Uế thực ủy nhân."* (Trong lòng ác độc, bên ngoài ra vẻ hiền từ. Cho người khác ăn thức ăn dơ.) Phạm vi hai câu này hết sức rộng, hết sức sâu xa. Chúng ta cần phải chú tâm suy ngẫm thể hội. Nói chung, dùng tâm nhiễm ô đối đãi với người khác, lừa dối người khác, giành lấy cho riêng mình lợi ích, ham muốn, những điều thụ dụng, hết thảy đều thuộc phạm vi này, tội lỗi rất sâu nặng.

Câu cuối cùng là *"Tả đạo hoặc chúng."* (Dùng tà đạo sai trái mê hoặc mọi người.) Trong xã hội hiện đại, những trường hợp này quá nhiều, quá nhiều, cũng chính là như trong kinh Phật nói: *"Tà sư thuyết pháp nhiều như cát sông Hằng."* Nếu chúng ta dễ dàng tin nghe theo những lời giềm pha, những lời đồn đại thì hết sức đáng tiếc là nhân duyên trong đời này của chúng ta gặp được Phật pháp thù thắng sẽ bị đoạn trừ, dứt mất. Quý vị không thể trách người khác, chỉ trách tự thân quý vị niềm tin không kiên định. Quý vị vì sao không tin Phật? Vì sao không tin các bậc tổ sư, đại đức? Vào đời Đường, Đại sư Thiện Đạo chú giải kinh Quán Vô Lượng Thọ Phật. Bản chú giải của ngài gọi tên là *Quán kinh tứ thiếp sớ*, tôi đã từng giảng qua mấy lần. Trong đó, riêng chương *Thượng phẩm thượng sinh* còn đặc biệt mang ra giảng giải riêng. Tôi cũng có in thành một tập sách nhỏ đang lưu hành. Đại sư Thiện Đạo khuyên chúng ta phải tin nghe lời Phật.

Lời Phật dạy ở đâu? Chính là trong kinh điển. Bất kể là ai đến giảng giải với chúng ta, nếu không tương ưng với những lời Phật dạy, chúng ta quyết định không tin nghe. Ngài nói, người đã chứng quả A-la-hán, người có đại thần thông đến giảng giải với quý vị, không tương ưng với lời Phật dạy, vậy phải làm sao? Không nghe theo. Bồ Tát đến giảng với quý vị, Bồ Tát Địa Thượng đến giảng, Bồ Tát Đẳng Giác đến giảng, nếu giảng giải không tương ưng với kinh Phật cũng đều không thể nghe theo. Chắc chắn đó là tà đạo, không phải chánh pháp. Nói đến mức cuối cùng, nếu như Phật đến giảng giải. Phật với Phật đạo pháp đồng như nhau, những điều Phật giảng so với kinh điển nhất định phải giống nhau. Nếu như không giống nhau thì đó là Phật giả, không phải Phật thật. Là Phật thật thì nhất định Phật với Phật tương đồng, Phật không giảng pháp hai cách khác nhau.

Đại sư Thiện Đạo giảng giải hết sức khẩn thiết, bản văn rất dài, đó là vì sao? Vì chính là thời kỳ mạt pháp, *"tà sư thuyết pháp nhiều như cát sông Hằng"*, các pháp thấy tưởng như đúng mà thật ra sai lầm đầy dẫy trong thế gian, chúng ta phàm phu kém cỏi làm sao có khả năng phân biệt? Người thực sự có phước đức, người có căn lành là nương dựa theo thầy, thầy không lừa dối chúng ta. Tôi được thân cận với Lão cư sĩ Lý Bỉnh Nam trong mười năm, thầy hết sức khiêm hư, không dám tự nhận mình là thầy. Tôi tôn kính thầy là bậc thầy dạy, thầy đối đãi với tôi như bạn đồng học, dạy tôi nên tôn Đại sư Ấn Quang làm thầy. Đại sư Ấn Quang là thầy của thầy Lý, nên chúng tôi làm bạn đồng học. Người khiêm hư đến mức độ như thế, quả là bậc đại thiện tri thức của những người muốn tu theo Tịnh Tông chúng ta trong thời cận đại.

Chúng ta đều biết Đại sư Ấn Quang là Bồ Tát Đại Thế Chí từ thế giới Tây phương Cực Lạc thị hiện đến. Trong xã hội hiện đại này, chúng ta thấy có rất nhiều người tự xưng mình là Phật, là Bồ Tát này nọ thị hiện. Hôm qua tôi nhận được một lá thư, từ vùng đông bắc Trung quốc gửi đến, tôi cũng không biết là ở nơi đâu [trong vùng ấy], người gửi nói rằng ông ta là Bồ Tát Đại Thế Chí. Vào thời xưa có trường hợp tự nói ra thân phận như vậy, nhưng sau đó ngay lập tức liền nhập Niết-bàn, đó thực sự là Bồ Tát Đại Thế Chí. Người nói ra rồi lại không qua đời, còn muốn cùng tôi gặp mặt, người này không phải Bồ Tát Đại Thế Chí, là giả mạo, không phải chân thật.

Quý vị xem trong lịch sử Trung quốc, [các vị Phật, Bồ Tát thị hiện], một khi thân phận đã bộc lộ liền lập tức nhập Niết-bàn, tuyệt đối không dùng lời quái lạ mê hoặc đại chúng. Đó mới là chân thật. Nói ra rồi không qua đời, còn đi khắp nơi tuyên truyền, còn cầu danh văn lợi dưỡng, người như vậy nhất định không thật, chúng ta cần phải nhận thức rõ ràng. Không nên [tin theo] vì người ấy phô bày một chút thần thông. Yêu ma quỷ quái cũng hiện thần thông, cho nên Phật không dùng thần thông để làm Phật sự. Tiếp dẫn chúng sinh nhất định phải tránh dùng thần thông cảm ứng. Thần thông cảm ứng nhất định là có, nhưng trong Phật pháp quyết định không dùng đến. Nếu như dùng đến thần thông cảm ứng thì Phật với ma hết sức khó phân biệt. Cho nên Phật quyết không dùng đến thần thông cảm ứng, Phật dùng sự giáo dục chính quy, dùng giáo dục ba nghiệp thân khẩu ý. Như vậy chúng ta mới có thể phân biệt, không bị người khác lừa dối.

Chúng ta học Phật, vừa bước vào cửa Phật liền tiếp nhận Tam quy y: *"Quy y Phật, Quy y Pháp, Quy y Tăng-già"*. Nếu như tin nghe những lời truyền bá bên ngoài, Tam quy của chúng ta liền lập tức bị phá hỏng. Nếu nghe theo những lời đồn đại lan truyền, đó là quý vị quy y theo người truyền bá những lời đồn ấy, quý vị với Tam bảo liền lập tức xa lìa, quý vị không còn là đệ tử Tam bảo nữa. Quý vị là đệ tử của yêu ma quỷ quái. Sự việc cạn cợt dễ thấy như vậy, có thể nói là không hiểu được sao?

Tam quy y là hết sức quan trọng thiết yếu. Sau khi Phật diệt độ, trung tâm của Tam quy chính là Pháp bảo, chúng ta phải quy y Pháp. Hiện tại có người phá hoại Phật pháp. Chuyện phá hoại Phật pháp thì đời nào cũng xảy ra, không có gì lạ, chỉ là một hiện tượng hết sức bình thường. Những người nào phá hoại Phật pháp? Chính là quân ma phá hoại Phật pháp. [Có người nói:] *"Bạch thầy, ông ấy tu hành rất nhiều."* Không sai, pháp sư tu hành rất nhiều đó chính là ma, không phải Phật, việc này có y cứ trong kinh Phật. Vào thời đức Phật Thích-ca Mâu-ni còn tại thế, Ma vương Ba-tuần từng nói với Phật, khi Phật pháp đến thời kỳ mạt pháp, con người không có trí tuệ, không có phước báo, căn tánh vô cùng kém cỏi, Ma vương sẽ cho bọn ma con, ma cháu hết thảy cùng nhau xuất gia, mặc áo cà-sa, cũng tu hành rất nhiều, để phản đối Phật pháp. Điều này mọi người đều đã nghe biết. Đức Phật nghe Ma vương nói vậy thì rơi nước mắt, không nói một lời nào. Người xưa ví chuyện này là *"con trùng trong thân sư tử ăn thịt sư tử"*. Theo cách nói hiện nay thì đó là ma đã xâm nhập vào trong cửa Phật.

Cho nên, không thể chỉ nhìn vào hình tượng của người xuất gia, như vậy có thực sự là hình tượng tiêu biểu của Phật hay chăng? Còn phải xem tâm niệm và hành vi của người ấy, phải quan sát thật kỹ người ấy dùng tâm niệm như thế nào, nói ra những điều gì, làm những việc gì, sau đó đối chiếu qua một lần với kinh điển xem có tương ưng phù hợp hay không? Nếu thật tương ưng, đó là đệ tử Phật. Nếu không tương ưng, đó là đệ tử của ma. Chúng ta phải thấu hiểu rõ ràng điều này thì mới không đến nỗi đem cơ duyên hết sức thù thắng của một đời này làm sai lệch mất đi.

Phần này trong chú giải nói rất rõ ràng, tôi sẽ đọc qua một lần để mọi người cùng nghe: *"Phật giáo Tam quy."* Mấy chữ này hiểu là *"Tam quy của Phật giáo"* cũng được, mà hiểu là *"Phật dạy chúng ta Tam quy"* cũng được.

"Quy y Phật, quy y Pháp, quy y Tăng, trong đó khẩn thiết quan trọng nhất là Phật pháp. Khi Phật còn tại thế, dùng pháp này để giáo hóa cứu độ chúng sinh. Sau khi Phật diệt độ, truyền lại pháp này để cứu độ chúng sinh. Phật thuyết pháp, chư tăng truyền pháp.

"Nếu không quy y tăng thì biết từ đâu nghe được pháp? Nếu không nghe được pháp, dựa vào đâu để tu hành? Cho nên, người nào y theo Phật pháp tự mình tu hành, y theo Phật pháp dạy người lấy việc thấu triệt sinh tử, chứng quả Bồ-đề làm tâm nguyện, đó là tăng."

Điều này chúng ta phải ghi nhớ. Nói cách khác, khuyên bảo quý vị, dạy quý vị dứt ác tu thiện, người như vậy có phải là tăng hay không? Cũng chưa chắc. Những người tốt ở đời cũng khuyên người dứt ác tu thiện. Thậm chí yêu ma quỷ quái cũng có thể khuyên người dứt ác tu thiện. Vậy người khuyên quý vị phá mê khai ngộ, có phải Phật hay không? Cũng chưa hẳn. Vì sao vậy? Yêu ma quỷ quái cũng có tu hành, đạo pháp của chúng cũng rất cao, trí tuệ của chúng so với ta cũng lớn hơn, chúng cũng giảng pháp phá mê khai ngộ. Nhưng yêu ma quỷ quái có một mức độ giới hạn, chúng không phải rốt ráo, không phải trọn vẹn đầy đủ. Cho nên vẫn không phải Phật. Thế nào là Phật? Phật quyết định là thấu triệt sinh tử, thoát ngoài ba cõi, vượt phàm lên thánh. Như vậy mới là Phật, [tu tập theo hướng đó] mới thực sự là Tăng.

Nói như vậy thì chúng ta ngày nay tu hành được mấy người có khả năng vượt phàm lên thánh? Vượt phàm lên thánh phải dứt trừ phiền não, phải phá sạch trần sa vô minh, nói ra dễ dàng vậy sao? Cho nên, trong chín ngàn năm đời mạt pháp, người quyết tâm cầu sinh Tịnh độ, buông bỏ muôn duyên, đó mới thật là tăng. Đại sư Ấn Quang vì chúng ta thị hiện như vậy để ta noi gương theo, hết thảy mọi thứ đều buông bỏ. Cho nên, dạy người dứt ác tu thiện, phá mê khai ngộ, phát tâm Bồ-đề, một lòng chuyên niệm [Phật], đó chính là tăng trong cửa Phật.

Nếu như có mảy may tâm niệm mong cầu danh văn lợi dưỡng, đó là giả dối, chẳng phải chân thật. Có mảy may tâm tham cầu hưởng thụ thì bộ mặt thật liền bày ra, là giả dối, chẳng phải chân thật. Trong lòng có mảy may không tôn kính người khác, đó là giả dối, chẳng phải chân thật.

Là vị tăng chân thật, quyết định phải lễ kính chư Phật. Còn khinh chê xem thường người khác, đó không phải tăng chân thật.

Là vị tăng chân thật, không chỉ nhìn thấy người xuất gia hay bốn chúng đồng tu trong nhà Phật chúng ta thì trong lòng không một mảy may khinh chê xem thường, mà thậm chí nhìn thấy ngoại đạo, nhìn thấy hết thảy chúng sinh cũng đều không có lòng khinh chê xem thường. Đó chính là tăng, là người vâng làm y theo giáo pháp.

Đồng học Tịnh Tông chúng ta y theo năm khoa mục tu hành, tương ưng phù hợp với năm khoa mục ấy là tăng, là Tăng bảo trong [Tam bảo] Phật, Pháp, Tăng. [Năm khoa mục đó là] *Tam phúc, Lục hòa, Tam học, Lục độ* và *Phổ Hiền thập nguyện*.

Quý vị đồng học xuất gia chúng ta, không được xa lìa *"Tịnh Tông thủ tắc"*, mỗi ngày đều phải mở ra xem, giống như một tấm gương, chiếu qua một lần xem [bản thân mình] có giống tăng hay không? Nếu như không giống, đó là ta đang mua bán Như Lai cầu lợi. Người xuất gia như vậy chính thật là con cháu của ma. Đúng như người xưa nói: *Trước cửa địa ngục nhiều thầy tăng,"* ta là một trong số đó.

Cho nên, những đoạn kinh văn [trong *Tịnh Tông thủ tắc*] là tôi trích xuất từ những lời răn dạy quan trọng thiết yếu nhất trong kinh điển. Những đoạn kinh này không dài lắm, rất ít chữ nghĩa, mọi người chúng ta đều có thể học thật thuộc lòng.

Hai thời khóa tụng sớm tối, thử hỏi có thu được hiệu quả gì hay không? Nếu như tâm niệm, hành vi của chúng ta tương ưng phù hợp với năm khoa mục, việc tụng niệm sớm tối là công đức. Nếu không tương ưng phù hợp với năm khoa mục, công phu sớm tối chỉ là tạo nghiệp. Sáng sớm lừa dối Phật một lần, chiều tối lại lừa dối thêm lần nữa. Một năm hơn ba trăm sáu mươi ngày lừa dối [Phật] hơn sáu trăm lần, tội lỗi của quý vị sâu nặng biết bao, quý vị không vào địa ngục thì còn ai vào địa ngục?

Lão cư sĩ Hạ Liên Cư dạy chúng ta *"phải thực sự làm"*. Chúng ta trong một đời này nhất định phải thấu triệt sinh tử, thoát ra ngoài ba cõi. Không thể đem Phật pháp ra lừa dối người khác, không thể ở trong Phật pháp mưu lợi, quả báo không gánh nổi!

Tôi nghĩ rằng, người đời từ độ tuổi trung niên trở lên đều có cùng cảm xúc rất rõ rệt: *"Thế gian này là giả, không có gì là chân thật."* Tự mình suy ngẫm, trong một đời này của ta, mấy chục năm qua gầy dựng sản nghiệp, nhà cửa này là của mình, qua mấy năm dời nhà, lại bán cho người khác, dời sang một nơi ở mới, rồi không bao lâu lại dời đi nữa... Quý vị nghĩ xem, chúng ta trong một đời, dời nhà biết mấy lần? Có nhà nào là của mình đâu? Dời nhà đến lần cuối cùng, thân thể này rồi phải chết, không một thứ gì mang theo được, hết thảy đều là giả.

Đức Phật dạy: *"Muôn pháp đều không, nhân quả thật có."* Có thể mang theo được [sau khi chết] chính là những nghiệp quý vị đã tạo, có thể mang theo được. Quý vị tạo nghiệp lành thì được quả báo tốt đẹp, tạo nghiệp xấu ác phải chịu quả báo xấu ác. Nghiệp thanh tịnh niệm Phật thì được vãng sinh Tịnh độ. Những [nghiệp] như thế là có thể mang theo được.

Trừ những nghiệp này ra, không một thứ gì có thể mang theo được, kể cả thân thể này cũng không mang theo được, đều là giả. Hết thảy đều là giả, vì sao phải tạo nghiệp? Vì sao phải tự tư tự lợi như thế?

Chư Phật, Bồ Tát so với chúng sinh khác biệt. Chư Phật, Bồ Tát khởi tâm động niệm đều vì chúng sinh, vì chánh pháp trụ thế lâu dài, vì lợi ích chúng sinh, không vì tự thân mình. Cho nên, quý vị phải hiểu rõ ràng rằng, chư Phật Bồ Tát thị hiện trong mười pháp giới đều là khách, không phải là chủ. Là khách trọ, không trụ ở nhà, đi hóa độ khắp mười phương. Nào có trụ ở đâu? Chúng ta xem kinh Phật, trong mỗi bộ kinh đều thấy nói *"Phật tại"* nơi nào đó, không hề nói *"Phật trụ"* ở nơi nào. Nói *"tại"* là cho quý vị biết chỉ tạm thời thôi, *"trụ"* là lâu dài, *"tại"* là tạm thời. Chỉ là khách trọ, ở tạm nơi này, quý vị xem cách dùng chữ ý tứ rất sâu xa, rất đáng suy ngẫm, đều là để giúp chúng ta giác ngộ.

Hôm nay thời gian đã hết, chúng ta giảng đến đây thôi.

Bài giảng thứ 170

(Giảng ngày 11 tháng 3 năm 2000 tại Tịnh Tông Học Hội Singapore, file thứ 171, số hồ sơ: 19-012-0171)

Thưa quý vị đồng học, cùng tất cả mọi người.

Xin mời mở sách *Cảm ứng thiên*, đoạn thứ 101.

Sách này có tổng cộng 124 đoạn, tôi hy vọng sẽ sớm giảng giải xong trọn vẹn đầy đủ. Có quá nhiều vấn đề làm mất đi nhiều thời gian, chúng ta phải tìm thời gian khác để bù lại.

Đoạn này có bốn câu: *"Đoản xích hiệp độ. Khinh xứng tiểu thăng. Dĩ ngụy tạp chân. Thái thủ gian lợi."* (Dùng thước ngắn, vật đong nhỏ. Quả cân non, thúng lường thiếu. Lấy đồ giả trộn lẫn đồ thật. Mưu lợi gian xảo.)

Phần chú giải vừa mở đầu đã nói: *"Bốn câu này đều là nói việc kẻ tiểu nhân hám lợi. Các loại thước đo, thúng, cân [dùng để cân lường], nhờ đó bình ổn vật giá, đồng nhất lòng người. Người đời [mua bán] nếu dùng hai cách khác nhau, mua vào [đong thúng] lớn, bán ra [đong thúng] nhỏ, mua vào cân già, bán ra cân non, tâm ý như vậy chỉ là muốn được phần lợi cho mình mà thôi. Đâu biết được rằng, chỉ được nửa phần lợi lộc mà suy tổn hết một phần phúc đức. Huống chi vì lợi mình mà tổn hại người khác ắt phải chịu tai vạ từ trời, những nạn sấm sét, hỏa tai chưa hẳn đã không vướng phải. Hoặc có khi người làm chủ không biết, nhưng những người lo việc thu vào bán ra, chẳng hạn như con em trong nhà hoặc người làm công, lén lút mà làm như vậy, thì tội này rốt lại cũng quy về người làm chủ phải chịu trách nhiệm, không thể không xét kỹ."*

Đoạn văn này đã nói ra được ý nghĩa rất rõ ràng, sáng tỏ.

Trong xã hội hiện đại này, người đời phạm vào lỗi này thật quá nhiều, hầu như không thể kể ra hết được. Đến như việc lấy những thứ đồ giả trộn lẫn làm rối loạn hàng thật thì ngày xưa cũng có, nhưng chỉ rất ít thôi. Hiện nay thì cho đến thuốc trị bệnh muốn mua được thuốc thật cũng hoàn toàn không dễ dàng.

Tôi còn nhớ có một năm tôi ở Mỹ, vào hiệu thuốc Bắc mua hai viên phiến tử hoàng, khi về xem lại thì trong đó có một viên là giả. Quý vị nói xem, thật hết cách. Khi tôi ở Hương Cảng, có rất nhiều đồng tu nói với tôi, ở Hương Cảng mua các thứ đồ, nếu không phải người sành sỏi thì không mua được đồ thật.

Thói đời đã đến nước tệ hại thế này, khiến chúng ta phải nghĩ đến câu quỷ thần nói ra: *"Trên trời chẳng an toàn, dưới đất không thể yên."* Câu này thật rất có ý nghĩa. Quỷ thần đều họp nhau niệm Phật cầu sinh Tịnh độ, tương ứng với điều Lão cư sĩ Lý Bỉnh Nam đã nói với quý vị đồng học vào buổi chiều trước khi vãng sinh: *"Thế giới này hỗn loạn, chư Phật, Bồ Tát, thần tiên xuống trần cũng không cứu nổi. Chỉ còn duy nhất một con đường sống là niệm Phật cầu sinh Tịnh độ."* Đây là lời nói ra của người thực sự có đức hạnh, có sự thành tựu, có tâm từ bi.

Trong chú giải chỗ này có đoạn nói tình đời lòng người đã thay đổi. Gần đây trên thị trường đủ các món hàng, hầu như hàng giả nhiều hơn so với hàng thật. Từ chỗ này mà xem xét thì đúng là tình đời lòng người đã thay đổi. Nói chung các thức ăn uống, thuốc men, vật dụng đều có hàng giả, hơn nữa hàng giả còn nhiều hơn hàng thật, *"đành lòng hại người như vậy thật không còn gì nặng nề hơn"*. *"Đến như sử dụng cả bạc giả"*, hiện tại là tiền giả, ngụy tạo cả giấy tờ chứng minh, *"việc ác này thật sâu nặng, trời cao trừng phạt càng nhanh hơn"*.

"Trời cao trừng phạt" là ý nghĩa gì? Điều này giống như người nước ngoài nói là ngày tận thế. Cho nên, chúng ta làm việc gì cũng phải suy nghĩ trước, có phù hợp với lương tâm trời đất hay không? Điều này là quan trọng thiết yếu nhất. Khi ta khởi lên một ý niệm, ý niệm đó có nên làm hay không? Có phù hợp với lương tâm trời đất hay không? Có phù hợp với đa số chúng sinh hay không? Nếu như tự mình nhận biết được đó là điều bất thiện, phải gấp rút kiềm chế, dừng ngay, tuyệt đối không thể lặp lại.

Phần cuối dẫn một bài thơ của người xưa:

Càng nhiều gian xảo càng khốn cùng,

Gian xảo xưa nay trời không dung.

Giàu sang nếu thật gian xảo được,

Khác nào kẻ ngốc uống gió tây.[1]

Đây là một bài thơ của người xưa. Chúng ta xem như bài thơ này, người xưa nói như vậy có ứng nghiệm hay không? Ngày nay thì dường như người càng gian xảo lại càng giàu sang phú quý, cho nên rất ít người tin vào nhân quả. Họ cho rằng nói chuyện nhân quả hoàn toàn không có bằng chứng, căn cứ gì. Nhìn xem trong thế gian rất nhiều người tu thiện tích đức, ngược lại phải nghèo khổ không chịu nổi; kẻ gian xảo tội lỗi thì dường như luôn dương dương đắc chí. Hiện tượng này trong xã hội ngày nay, ở Trung quốc cũng như các nước khác đều hết sức phổ biến.

Đối với việc này, chỉ có đức Phật mới giải thích được rõ ràng sáng tỏ. Vì sao có hiện tượng [trái nghịch] như vậy? Phật dạy rằng, những kẻ gian xảo tội lỗi kia, đó là trong quá khứ có tu tích phước báo lớn, nên tuy ngày nay gian xảo

---

[1] Nguyên văn: "呆漢吸西風 - ngốc hán hấp tây phong", hàm ý là không cần ăn thức ăn gì, chỉ hớp gió từ phương tây thổi đến mà được no. Đây muốn nói chỉ kẻ ngốc mới tin điều vô lý như vậy.

nhiều, có suy tổn phước báo, nhưng suy tổn như vậy rồi cũng vẫn còn chưa hết phước, vẫn còn thừa phước báo để hưởng. Hoàn toàn không phải do gian xảo phạm tội mà được phước báo, không có lẽ nào như vậy.

Những người tu thiện tích đức hiện tại lại hết sức nghèo khổ, đó là trong quá khứ không có tu phúc. Do không có tu phúc nên đời sống của họ trong hiện tại phải hết sức khó khăn vất vả.

Chúng ta suy ngẫm lời dạy của đức Phật hết sức hữu lý. Như người đời trước tu phước nay được hưởng sự giàu sang, nếu ngày nay họ không gian xảo tội lỗi, biết giữ mình an phận thì phước báo của họ lớn vô cùng, phước báo ấy hưởng thụ không hết, đời này mãi cho đến sau khi chết cũng không hưởng hết phước. Nếu như đời này lại biết tiếp tục tu phúc thì đời đời kiếp kiếp phước báo ấy không bao giờ hưởng tận.

Chỉ tiếc là người đời hiện nay không đọc sách Phật. Không chỉ là không đọc sách Phật, cho đến sách vở thánh hiền cũng không đọc. Chẳng những không đọc sách thánh hiền, cho đến lời nói tốt cũng không chịu nghe. Nghe người khác nói những lời khuyến thiện thì họ gấp rút tránh đi, chạy cho thật xa khỏi đó. Nếu như dạy họ làm chuyện gian xảo tội lỗi thì họ vui vẻ nghe theo, gần gũi những kẻ xấu ác, xa lánh người hiền thiện. Cho nên chúng ta biết họ không hưởng phước được dài lâu, đích thực như người xưa nói là như "nháng lửa, điện chớp".

Phước báo lớn thì hưởng được trọn đời. Phước báo không đủ lớn, đến tuổi trung niên, tuổi già liền suy sụp. Điều này trong xã hội hiện nay chúng ta nhìn thấy rất nhiều, chừng bốn, năm mươi tuổi đã suy vi, đã thất bại, công ty phá sản, trách nhiệm liên lụy, phải tìm chỗ trốn tránh. Điều này có nghĩa là gì? Là phước báo trong đời quá khứ không đủ sâu dày, lại gian xảo tội lỗi nên hưởng hết phước rất nhanh.

Chúng ta cũng thấy có những người gian xảo tội lỗi nhưng đến tuổi già bảy, tám mươi tuổi phước báo vẫn còn rất lớn, đó là trong đời quá khứ tu tích phước báo rất sâu dày, dù làm đủ mọi việc ác suy tổn phước báo nhưng vẫn chưa suy tổn hết, bởi phước đức ấy quá sâu dày.

Hiểu rõ được ý nghĩa này rồi, chúng ta sẽ tự biết mình nên làm như thế nào, phải nên tu học như thế nào, dạy dỗ người khác như thế nào.

Trong xã hội ngày nay, việc khuyến thiện ngăn lỗi thật quá khó, quá khó! Quả thực không phải chuyện dễ dàng. Thế nhưng chúng ta có nên làm hay không? Nhất định phải làm. Nếu có được cơ hội ở ẩn, có được cơ hội sống trên núi cao, có được cơ hội không phải nghe đến chuyện đời, tự hoàn thiện thân mình... nếu có được những cơ hội như vậy cũng phải từ bỏ đi. Người hiền thiện ở thế gian dạy ta rằng: *"Yên ổn mới có thể dời đi."* Chúng ta thân an ổn, tâm an ổn, thế nhưng xã hội không an ổn, chúng sinh không an ổn, chúng ta nên từ bỏ đời sống an ổn của mình, nên bươn chải, giúp đỡ hỗ trợ cho người khác, đó là tâm từ bi.

Bồ Tát thì lại càng *"làm bạn không mời của chúng sinh"*, so với Nho gia, so với bất cứ người nào cũng đều tích cực hơn. Cho nên, vì sao chư Phật, Bồ Tát thị hiện ở thế gian? Không phải để ẩn cư, không phải để sống một cuộc đời thoải mái, thanh thản. Như vậy thì có chỗ nào đáng gọi là Bồ Tát? Phải vì hết thảy chúng sinh khổ nạn mà phục vụ, đó là Bồ Tát. Bồ Tát gặp khó khăn khốn khó tuyệt đối không né tránh, dũng mãnh tìm đến đối diện, thay thế chúng sinh chịu khổ. Trong phẩm Hạnh nguyện, Bồ Tát Phổ Hiền gọi là cúng dường, *"thay thế chúng sinh cúng dường chịu khổ"*, cũng là chỉ đến việc này.

Chúng ta sinh đến thế gian này, mọi người đều như nhau, đều là do nghiệp lực thọ sinh. Nghiệp lực có thể chuyển biến thành nguyện lực. Chuyển thành nguyện lực thì đó là theo nguyện lực mà sinh đến [thế gian này]. Điều kiện của chúng ta có thể chuyển được không? Tu tập thành Bồ Tát mới có thể chuyển, còn chúng ta là phàm phu.

Nhưng Tông Thiên Thai nói là có thể chuyển được. Trong kinh Hoa Nghiêm cũng nói là có thể chuyển được. Tông Tịnh độ nói là chuyển được còn nhanh hơn nữa. Tông Thiên Thai giảng về *"nhất tâm tam quán, nhất tâm tam đế"* (một tâm ba quán, một tâm ba đế),[1] đó cũng là nói phàm phu chúng ta có thể chuyển được.

Thuở trước, Tổ sư tông Thiên Thai là ngài Tuệ Tư, người đời Tùy, đọc kinh Pháp Hoa, đọc Trung luận, đến câu *"các pháp nhân duyên sinh, ta gọi đó là không"* thì giác ngộ, ngài liền chuyển được. Truyền đến ngài Trí Giả, ngài là người thiết đặt vững vàng nền tảng căn bản lý luận của tông Thiên Thai, thành một học phái Đại thừa, sao lại không thể chuyển? Một khi ngộ nhập *"tam luân thể không"*[2] thì đó là đã phá được bốn tướng, không còn các tướng *ngã, nhân, chúng sinh, thọ giả*, tâm địa ngay chỗ đó liền được thanh tịnh bình đẳng, không khởi sinh phiền não, thường sinh trí tuệ.

---

[1] Nhất tâm tam quán, nhất tâm tam đế (một tâm ba quán, một tâm ba đế): có nghĩa là trong một tâm niệm có thể đồng thời quán chiếu thấu suốt ba chân lý (đế). Ba quán là không quán (quán thấy vạn pháp rốt ráo không thật có, chỉ là như hư không, gọi là không quán), giả quán (tâm năng quán và cảnh sở quán thảy đều rõ ràng phân biệt, gọi là giả quán) và trung quán (tuy rõ ràng phân biệt nhưng tự tánh thường không, không cũng chẳng nhất định là không, giả cũng không nhất định là giả, gọi là trung quán). Cả ba pháp quán này là một, một pháp quán gồm cả ba pháp quán, nên gọi là nhất tâm tam quán.

[2] Tam luân thể không: thuật ngữ thường dùng chỉ quan điểm khi bố thí: không có người cho, không có người nhận, không có vật bố thí. Không có ở đây có nghĩa là nhận biết được tự tánh rốt ráo của các pháp là không, chứ không phải phủ nhận sự hiện hữu. Vì nhận thức thấu đáo như vậy nên không còn các tướng ngã, nhân, chúng sinh, thọ giả.

Các ngài có thể [chuyển], chúng ta vì sao không thể? Nguyên nhân không thể là tại đâu? Vì tập khí phiền não không chịu buông bỏ. Hay nói cách khác, khởi tâm động niệm vẫn không chịu nghĩ đến vì người khác, mỗi một ý niệm đều chỉ nghĩ đến lợi ích của riêng mình, chỗ tốt đẹp cho riêng mình, như vậy là hết cách. Các bậc tổ sư đại đức so với chúng ta khác biệt chính là ở trong thời gian một ý niệm như thế này. Nếu như trong một ý niệm chịu quay đầu hướng thiện, buông bỏ tự tư tự lợi, khởi tâm động niệm đều luôn nghĩ đến mọi chúng sinh khổ nạn, quý vị liền chuyển phàm thành thánh, quý vị liền thành Phật, thành Tổ, trí tuệ của quý vị liền khai mở, phiền não liền dứt trừ, chỉ trong khoảng thời gian một niệm.

Nếu trong một niệm không chuyển đổi được, nguyên nhân không chuyển được đó là gì? Trước đây tôi đã nói đến quá nhiều rồi, có hai nguyên nhân. Thứ nhất là phiền não quá sâu nặng, thứ hai là đọc kinh quá ít. Phiền não tập khí nặng cũng không sợ. Chỉ cần thường đọc kinh, đọc kinh nhiều, gần gũi nhiều với chư Phật, Bồ Tát. Đọc kinh chính là là gần gũi chư Phật, Bồ Tát, thường nghe chư Phật, Bồ Tát răn dạy. Do phiền não tập khí nặng, giảng qua một lần, hai lần không hiểu, giảng đến trăm lần, ngàn lần cũng không hiểu. Giảng lên đến mười ngàn, trăm ngàn, đến triệu lần rồi cũng sẽ hoát nhiên khai ngộ, hiểu được. Từ xưa đến nay có rất nhiều những trường hợp như vậy, cho nên phải thường gần gũi nhiều với các bậc thiện tri thức. Chúng ta ngày nay gần gũi bậc thiện tri thức chính là đọc kinh. Không gần gũi bậc thiện tri thức thì vĩnh viễn không có khả năng khai ngộ.

Chúng ta xem rất nhiều chúng sinh trong thế gian này, có một người nào là không thuận theo phiền não? Có một người nào là không tự tư tự lợi? Thậm chí còn có người nói: *"Người không vì mình, trời tru đất diệt."* Nghe theo như câu này thì phải tự tư tự lợi. Tự tư tự lợi là chân lý. Lập luận như vậy nghe qua dường như đúng nhưng thật ra là sai lầm. Chúng ta cần phải có trí tuệ phân biệt.

Tại Singapore có nữ cư sĩ Hứa Triết, có cư sĩ Lý Mộc Nguyên là những tấm gương tốt để chúng ta noi theo. Quý vị xem biểu hiện của các vị này hoàn toàn không có lòng riêng tư, không mưu lợi riêng cho mình, hết thảy đều là vì chúng sinh. Nhu cầu đời sống [của các vị] đều đã giảm đến mức thấp nhất, công việc làm thì vượt xa người thường gấp nhiều lần. Các vị đều được thân khỏe tâm an, không có bệnh khổ.

Không chỉ là không có bệnh khổ, mà không có cả nỗi khổ già suy. Quý vị lại hỏi các vị này tương lai có khổ vì chết hay không? Họ không có khổ vì chết. Những nỗi khổ sinh, già, bệnh, chết đều đã lìa xa được. Khổ vì mong cầu không được cũng lìa xa. Khổ vì yêu thương phải ly biệt cũng không còn. Nỗi khổ vì gặp gỡ người không ưa thích cũng không còn. Nỗi khổ vì năm uẩn không hòa hợp cũng không còn. Quý vị xem các vị ấy, tám nỗi khổ thì hiện nay đều đã dứt trừ được hết.

Gương tốt này bày ra trước mắt chúng ta, chúng ta lúc nào cũng nhìn thấy, vì sao không chịu học tập? Vì sao vẫn không chịu buông bỏ thị phi, nhân ngã? Không chịu buông bỏ danh văn lợi dưỡng? Vẫn như cũ tùy tiện làm theo ý mình? Như vậy trong Phật pháp gọi là người ngu, cũng chính như trong kinh thường gọi là "nhất-xiển-đề".

Cho nên, chúng ta phải tự mình bình tĩnh, nỗ lực phản tỉnh, xem chúng ta có phải là người trong kinh điển gọi là người ngu, là nhất-xiển-đề hay không? Ví như có là nhất-xiển-đề cũng vẫn cứu được. Kinh Pháp Hoa dạy: *"Nhất-xiển-đề cũng có tánh Phật."* Vấn đề là quý vị có duyên phần gặp được Phật pháp Đại thừa hay không, gặp được Phật pháp rốt ráo liễu nghĩa hay không? Nếu như gặp được liền có cơ hội trường thời huân tu. Nhất-xiển-đề cũng có thể trong một đời này thành Phật, điều này chúng ta phải ghi nhớ.

Quyết định phải tu sửa hết toàn bộ những tập khí xấu ác, mỗi một ý niệm đều vì xã hội, mỗi một ý niệm đều vì chúng sinh. Chúng ta cũng không cầu được chỗ tốt đẹp. Không phải vì muốn được phước báo mới làm, vì lợi ích mới làm. Tâm niệm như vậy thì đã là bất thiện rồi. Chúng ta vì hết thảy chúng sinh khổ nạn mà làm, vì tâm vô duyên đại từ,[1] đồng thể đại bi[2] mà làm, không phải vì lợi ích riêng bản thân mình, không phải vì chỗ tốt đẹp nào cho riêng mình. Như vậy mới tương ưng với Phật pháp.

---

[1] Vô duyên đại từ: tâm từ của chư Phật, Bồ Tát trải rộng bình đẳng đến khắp cả chúng sinh, không khởi sinh do nhân duyên nào. Đây là tâm từ cao tột nhất trong ba loại tâm từ theo Trí Độ Luận: chúng sinh duyên từ, pháp duyên từ, vô duyên từ.

[2] Đồng thể đại bi: tâm đại bi khởi sinh vì nhận thức rõ hết thảy chúng sinh đều cùng một tánh thể cũng như mình.

Hết tập 7 trong tổng số 8 tập

Quý độc giả cũng có thể tìm mua bản in bìa cứng với nội dung gồm 2 tập (mỗi tập hơn 800 trang).

Sách có thể mua qua www.amazon.com/author/minhtien/

Lời thưa

Trong kinh Pháp Cú, đức Phật dạy rằng: "Pháp thí thắng mọi thí." Thực hành Pháp thí là chia sẻ, truyền rộng lời Phật dạy đến với mọi người. Mỗi người Phật tử đều có thể tùy theo khả năng để thực hành Pháp thí bằng những cách thức như sau:

1. Cố gắng học hiểu và thực hành những lời Phật dạy. Tự mình học hiểu càng sâu rộng thì việc chia sẻ, bố thí Pháp càng có hiệu quả lớn lao hơn. Nên nhớ rằng **việc đọc sách còn quan trọng hơn cả việc mua sách.**

2. Phải trân quý kinh điển, sách vở in ấn lời Phật dạy. Khi có điều kiện thì mua, thỉnh về nhà để tự mình và người trong gia đình đều có điều kiện học hỏi làm theo. Không nên giữ làm của riêng mà phải sẵn lòng chia sẻ, truyền rộng, khuyến khích nhiều người khác cùng đọc và học theo. Không nên để kinh sách nằm yên đóng bụi trên kệ sách, vì **kinh sách không có người đọc thì không thể mang lại lợi ích.**

3. Tùy theo khả năng mà đóng góp tài vật, công sức để hỗ trợ cho những người làm công việc biên soạn, dịch thuật, in ấn, lưu hành kinh sách, **để ngày càng có thêm nhiều kinh sách quý được in ấn, lưu hành.**

Thông thường, việc chi tiêu một số tiền nhỏ không thể mang lại lợi ích lớn, nhưng nếu sử dụng vào việc giúp lưu hành kinh sách thì lợi ích sẽ lớn lao không thể suy lường. Đó là vì đã giúp cho nhiều người có thể hiểu và làm theo lời Phật dạy. Mong sao quý Phật tử khắp nơi đều lưu tâm đóng góp sức mình vào những việc như trên.

www.ingramcontent.com/pod-product-compliance
Lightning Source LLC
Chambersburg PA
CBHW032013050726
47590CB00006B/2160